வணிகவழி வேளாண் சுற்றுலா

முனைவர் செ.சரத்

நூல் தலைப்பு: வணிகவழி வேளாண் சுற்றுலா
நூல் ஆசிரியர்: © செ.சரத்

முதல் பதிப்பு: மே, 2025

வெளியீடு:
அன்பன் புத்தகாலயம்,
533, முத்தாங்கட்டுத் தோட்டம்,
எரங்காட்டூர் அஞ்சல்,
கோபிசெட்டிபாளையம்,
ஈரோடு- 638505.
அழைக்க- 9952322679; 7094592901
அட்டை பட உதவி: அன்பன் புத்தகாலயம்
விலை: பின்பக்க அட்டையில் உள்ளது
புத்தகம் கிடைக்குமிடம்: *Notion Press, Amazon & Flipkart*

Book Title: *VANEEGAVAZHI VELAAN SUTRULA*
Author: *© S Sarath*
First Edition: *May, 2025*

Published by:
Anban Puthagalayam,
533, Muthangattu Thottam,
Erangattur (Po), Gobichettipalayam (Tk),
Erode- 638505.
Ph: 9952322679; 7094592901; Email: anbansarath@rediffmail.com

ISBN: *Refer Back Cover*
Printed by: *Notion Press, Chennai*

சமர்ப்பணம்

எனக்காகவே பிறந்த மனைவி 'இரஞ்சிதா'விற்கு...

வாழ்த்துரை

-திரு. இரா.அம்பலவாணன் *IA&AS*

இந்தியாவின் வேளாண் சுற்றுலாக் கருத்தின் தந்தையான ஸ்ரீ பாண்டுரங் தாவேரால் 2005-இல் நிறுவப்பட்ட வேளாண்மைச் சுற்றுலா மேம்பாட்டுக் கழகமானது (ATDC) விவசாயிகளின் வருமானத்தை உயர்த்தவும், அவர்களின் விளை பொருட்களுக்கு ஏற்றதொரு சந்தை இணைப்புகளை ஏற்படுத்தவும், வேளாண் வணிகத்தின் மூலம் வாய்ப்புகளை விரிவுபடுத்தவும் வேளாண் சுற்றுலாவை ஆரம்பித்தது. அதன் புதுமையான அணுகுமுறையை அங்கீகரித்து, சிறந்த சுற்றுலா பிரிவில் இந்திய அரசின் சுற்றுலாத் துறையிடமிருந்து 2008-இல் அந்நிறுவனம் தேசிய சுற்றுலா விருதைப் பெற்றுள்ளது.

அவ்வாறு நம் இந்தியாவில் வழிவந்த வேளாண் சுற்றுலாவை, முனைவர் பட்டத்தின் ஆய்வுத் தலைப்பாக எடுத்துக் கொண்டு தமிழ்நாட்டில் வேளாண் சுற்றுலாவை வளர்த்தெடுக்கும் பாங்கில் புத்தம்புது கோணத்தில் தாங்கள் ஆய்வை மேற்கொண்டிருக்கும் விதம் பாராட்டிற்குரியது. அத்தோடு தங்களின் ஆய்வின் வழியே, தமிழ்நாட்டிற்கு உகந்தவாறு வேளாண் சுற்றுலா தொடர்பான கொள்கை மற்றும் மாதிரி முறைகளைக் கண்டறிந்து அதில் வெற்றியும் கண்டுள்ளீர்கள்.

மேலும்

    உழுதுண்டு வாழ்வாரே வாழ்வார்மற் றெல்லாம்
    தொழுதுண்டு பின்செல் பவர்.

என்ற திருவள்ளுவரின் குறட்பாவை கருத்தில்கொண்டு உழவர்களின் கழனியில் விளைந்து நிற்கும் பயிர் விளைச்சல் மற்றும் அதன்வழி வரும் வருமானம் போன்றவைகளே நாடு

நல்லதொரு வளர்ச்சியை எட்ட வழிவகுக்கும் என்பதற்கு உதாரணமாக தங்களின் ஆய்வும் அதற்கு ஏற்றாற்போல் வழிகோலியது போற்றுதலுக்கு உரியதாகும்.

இதற்கிடையில் வேளாண் சுற்றுலாவின் முக்கியத்துவத்தை உணர்ந்து இந்து தமிழ் திசை நாளிதழின் 'வணிக வீதி' இணைப்பிதழில் 'வணிகவழி வேளாண் சுற்றுலா' எனும் தலைப்பில் தொடர்ந்து பதினைந்து வாரம் தாங்கள் எழுதிய தொடரைப் புத்தகமாக கோர்த்து வெளியிட முடிவு செய்தமைக்கு எனது பாராட்டுகள். இத்தகைய புத்தகமானது நமது நாட்டின் உயிர்நாடியான வேளாண் தொழில் சிறக்கவும், அதன் விவசாயிகளின் வாழ்க்கைத் தரம் மேம்படவும் வழிவகுக்க காரணியாய் இருக்கும் என்பதில் எவ்வித ஐயமுமில்லை.

இத்தாலியில் 1985-ஆம் ஆண்டு அறிமுகப்படுத்தப்பட்ட வேளாண் சுற்றுலா கொள்கையானது அந்நாட்டின் பாராளுமன்றம் மற்றும் செனட் சபையால் நிறைவேற்றப்பட்டது போல் நம் தமிழ்நாட்டிலும் விவசாயிகளின் முதுகெலும்பாக திகழும் வேளாண்மைத் தொழில் சுற்றுலாவாக மேம்பட்டு கொள்கை வடிவம் பெற தங்களின் 'வணிகவழி வேளாண் சுற்றுலா' நூல் வழிவகுக்கும். அத்தோடு அது விவசாயிகளின் முன்னேற்றத்திற்கும், அவர்களின் வாழ்க்கை தரம் மேம்பட வழிவகுப்பதுடன் தமிழ்நாட்டில் புதிதாக வேளாண் சுற்றுலா தனித்துறையாக மலர்வதற்கான பங்களிப்பையும் இந்நூல் அளிக்கும் என்று நம்புகிறேன்.

மேலும் அத்தகைய நம்பிக்கையின் புரிதல் நம் விவசாயிகள் மற்றும் சுற்றுலாவாசிகளிடையே இருக்க வேண்டும் என்பதோடு மட்டுமில்லாமல், சம்பந்தப்பட்ட அரசுத்துறையினர்களிடத்திலும், கொள்கை வகுப்பாளர் களிடத்திலும், வேளாண் ஆய்வாளர்களிடத்திலும் மற்றும் இன்னபிற அன்பர்களிடத்திலும் இருக்க வேண்டும் எனும் முனைப்புடன் தாங்கள் எழுதி இருப்பதை இப்புத்தகம் வழியே அறிந்தேன்.

'வணிகவழி வேளாண் சுற்றுலா' நூலானது நமது நாட்டின் வேளாண் துறை மற்றும் சுற்றுலாத்துறை என இரண்டையும் ஒரு சேர வேளாண் சுற்றுலாவாக வளர்த்தெடுக்கவும், அதன் வழியே பலதரப்பட்ட சுற்றுலாவாசிகளைக் கவர்ந்து விவசாயிகளின் பொருளாதாரம் மேம்பட அச்சாணியாக இருக்கும் என்பதைக் கூறி எனது அன்பார்ந்த வாழ்த்துகளை தெரிவித்துக்கொள்கிறேன்.

நன்றி.

செ ன்னை,
06.12.2024.

அன்புடன்,
திரு. இரா.அம்பலவாணன் *IA&AS*,
இயக்குனர்,
தமிழ்நாடு தொழில்முனைவோர் மேம்பாட்டு மற்றும் புத்தாக்க நிறுவனம், தமிழ்நாடு அரசு.

இன்னமும் நாங்கள் உற்பத்திக் கேந்திரமாக மட்டுமே இருப்பதைக் காட்டிலும், அதைத் தாண்டி இப்போதைக்கு எங்களுக்குப் போதிய அளவிலான வருமானம் தரும் வழிகளையும் காட்டுங்கள் என்று உரத்தக் குரலில் விவசாயிகள் குறைதீர்ப்பு நிகழ்வில் விவசாயி ஒருவர் கேட்டது எனக்குள் இன்னமும் ஒலித்தபடியே இருக்கிறது.

அவ்வொலிக்கான விடையை அறிந்துகொள்ள ஒரு வேளாண் ஆய்வாளராக என்ன செய்ய முடியும் என்று யோசித்த வேளையில் என் கண்ணில் பட்டது தான் வேளாண் சுற்றுலா.

பொருளாதார அறிஞர் சுமேக்கர் எந்த ஒரு செயல்பாட்டிற்கும் ஆரம்பப்புள்ளி சிறியது தான். அதனால் தான் அவர் 'சிறியதே அழகு' (Small is Beautiful) என்றார்.

அந்த வகையில் வேளாண் சுற்றுலாவும் என்னிடத்தில் ஒரு சிறு புள்ளியாகத்தான் மையம் கொண்டது. ஆம் தமிழ்நாடு வேளாண்மைப் பல்கலைக்கழகத்தில் முதுநிலை வேளாண் வணிக மேலாண்மை படித்துக் கொண்டிருந்த போது வேளாண் சுற்றுலாவின் வெற்றிக் கதையை முதன் முதலாக நாளிதழ் மூலம் படித்துத் தெரிந்து கொண்டேன்.

நம்மை விட மக்கள் தொகையில் விவசாயிகளின் எண்ணிக்கையில் மிகக் குறைவான இத்தாலி நாட்டின் இத்தாலிய தேசிய சட்ட கட்டமைப்பு எப்படி 1985-ஆம் ஆண்டே வேளாண் சுற்றுலாவை கட்டமைத்தது? அத்தோடு இந்த சட்டத்தின் சாராம்சமே வேளாண் பண்ணையை தொழில் முனையும் இடமாக மாற்றி விவசாயிகளை தொழில்முனைவோராக மாற்ற வேண்டும் என்று விவசாயிகளையும் தொழில்முனைவோராக எவ்வாறு உருவாக்கியது? வேளாண் சுற்றுலா மூலம் அமெரிக்கா விவசாயிகளின் வருமானம் எப்படி மும்மடங்கு பெருகியது? வளர்ந்த நாடுகள் பலவும் எவ்வாறு வேளாண் சுற்றுலாவை மையப்படுத்தி விவசாயிகளின் வருமானத்தைப் பெருக்கியது?

சிறு குறு விவசாயிகளின் எண்ணிக்கையில் அதிக அளவு கொண்டுள்ள நம் இந்தியாவிற்கு வேளாண் சுற்றுலா எவ்வாறு பொருந்தும்? என்று படிக்கப் படிக்க எழுந்த கேள்விகளுக்கு ஆழமாக பதில் தேடிய போது அதற்கு பதிலாக அமைந்தது தான் எனக்கான வேளாண் சுற்றுலா தொடர்பான மையப்புள்ளி ஆகும்.

அந்த மையப்புள்ளியை கண்டுணர்ந்த கணம் முதல் வேளாண் சுற்றுலாவை என் மனம் இறுகப் பற்றிக் கொண்டது. அவ்வாறு இறுகப்பற்றியதைச் சிவப்புக் கம்பளம் இட்டு யாவரும் வரவேற்கும் வகையில் இருக்க வேண்டும் எனும் நோக்கத்தில் அதே தமிழ்நாடு வேளாண்மைப் பல்கலைக்கழகத்தில் வேளாண் வணிக மேலாண்மையில் முனைவர் பட்டத்திற்குச் சேர்ந்தேன்.

முனைவர் பட்டத்திற்கு வேளாண் சுற்றுலாவில் தான் ஆய்வு மேற்கொள்ள வேண்டும் எனும் உறுதியுடன் இருந்தேன். அந்த அசைக்க முடியாத உறுதியின் நிலைப்பாடே என்னுடைய வேளாண் சுற்றுலா தொடர்பான ஆய்வுக்கு இந்திய சமூக அறிவியல் ஆராய்ச்சிக் கழகத்தின் உதவித்தொகையைப் பெற்றுத் தந்தது. அதற்கு ஆதி முதல் அந்தம் வரை கூடவே இருந்து வழி நடத்திய என்னுடைய ஆய்வு நெறியாளர் தமிழ்நாடு வேளாண்மைப் பல்கலைக்கழகத்தின் பேராசிரியர் முனைவர் சே.தே.சிவக்குமார் அவர்களுக்கு நன்றிக்கடன் பட்டுள்ளேன்.

தற்போது வேளாண் சுற்றுலாவானது எனது வாழ்வுடன் இரண்டறக் கலந்துவிட்டது என்று தான் சொல்ல வேண்டும். அந்த அளவிற்கு வேளாண் சுற்றுலா தொடர்பான ஆய்வுகளை மேற்கொள்வதில் ஆர்வம் நாளுக்குநாள் மேலோங்கி வருகிறது. குறிப்பாக வேளாண் சுற்றுலாவை பல காரணிகளுடன் ஒப்பிடலாம். உதாரணத்திற்கு வேளாண் சுற்றுலா மூலம் வேளாண் கல்வியை வளர்ப்பது, வேளாண் சுற்றுலா வழியே பண்ணைத் தோட்டத்தில் இயற்கையின் வெளியில் திருமணங்கள் நடத்துவது, பாரம்பரியக் கிராமத்துத் திருவிழாக்களை வேளாண் சுற்றுலாவோடு கைகோர்த்துக் கொண்டாடுவது, நிலையான வளர்ச்சி

இலக்குகளோடு வேளாண் சுற்றுலாவை தொடர்புபடுத்தி எட்டுவது என்று பல்வேறு காரணிகளோடு ஒப்பிட்டுக் கூறும் அளவிற்கு வேளாண் சுற்றுலா பவனி வருகிறது.

மேலும் அந்த பவனியின் வழியே என்னுள் ஆர்ப்பரித்த ஆர்வத்திற்கு ஏதும் குறை வைக்காமல் பார்த்துக்கொள்ள நாளிதழ் முதல் ஆய்வு இதழ் வரை தொடர்ந்து நாடி எழுதி வருகிறேன். அதன் விளைவே இந்த 'வணிகவழி வேளாண் சுற்றுலா' எனும் தொடர் ஆகும். கிட்டத்தட்ட தொடர்ந்து பதினைந்து வாரங்கள் 'இந்து தமிழ் திசை' நாளிதழின் 'வணிக வீதி' இணைப்பிதழில் மலராக கோர்ப்பதற்கு வழிவகுத்த வணிக வீதி இணைப்பிதழின் ஆசிரியர் திரு. கே. ஆனந்தன் அவர்களுக்கு எந்தன் வானளாவிய அன்பும் நன்றியும் உரித்தாகட்டும்.

அத்தோடு இந்த மலருக்கு ஏற்றவர் ஒருவர் உள்ளபடியே கட்டியம் கூறினால் பொருத்தமாக இருக்கும் என்று தமிழ்நாடு தொழில்முனைவோர் மேம்பாட்டு மற்றும் புத்தாக்க நிறுவனத்தின் இயக்குநர் திரு. அம்பலவாணன் IA&AS அவர்களிடத்தில் கேட்டபோது பெரும் உவகையுடன் அணிந்துரை எழுதிக் கொடுத்ததை பெரும் நன்றியுடன் நினைவு கூறுகிறேன்.

மேலும் மலராக ஒவ்வொரு வாரம் கோர்க்கும் போதும் அதற்கு கனிவுடன் வாசகர்களிடத்தில் இருந்து வந்த வரவேற்பே இத்தொடருக்கான வெற்றியாக அமைந்தது. குறிப்பாக விவசாயிகள், கொள்கை வகுப்பாளர்கள், பேராசிரியர்கள், சுற்றுலாவாசிகள் எனப் பலரிடத்திலும் இருந்து வந்த வாசகர் கடிதங்களை இவ்விடத்தில் நன்றியுடன் நினைத்துப் பார்க்கிறேன். அந்த வாசகர் கடிதங்களே எனக்கான பொறுப்பை மேலும் கூட்டி நூல் மாலையாகத் தருவதற்கு ஆயத்தப்படுத்தியது என்றால் அது மிகையில்லை. அந்த நூல் மாலையை பிழையின்றி கோர்க்க உதவிய தமிழாசிரியர் முனைவர் க.வீ. வேதநாயகம் அவர்களுக்கு நன்றி உரித்தாகட்டும்.

இத்தொடரை ஆரம்பம் முதலே வரவேற்று தன் மனதில் பட்டதைப் பகிர்ந்து கொண்ட அப்பா வ.கொ.செ்ன்னிமலை அவர்களுக்கும், பாசத்துடன் கண்டு மகிழ்ந்த அம்மா ராஜலட்சுமி அவர்களுக்கும், ஒவ்வொரு முறையும் 'இந்த வாரம் தொடர் எழுதி அனுப்பிட்டீங்களா' என்று அக்கறையுடன் வினவும் மனைவி 'ரஞ்சிதா'விற்கும், தொடரை அனைவரிடத்திலும் பகிர்ந்து அழகு பார்க்கும் அண்ணன் கதிர்வேல் மற்றும் மாமா, அக்கா முதலான உறவினர் அனைவருக்கும் எனது முத்தான அன்பு உரித்தாகட்டும்.

நிச்சயம் இந்த நூல் மாலை தமிழ்த்தாய் வார்த்த தமிழ்நாட்டின் சுற்றுலாவிற்கும், வேளாண்மைக்கும் கைகொடுக்கும் என்ற நம்பிக்கையுடன் வாசகர்களிடத்தில் அளிக்கிறேன்.

கோவை,
26.04.2025.

அன்பன்,
முனைவர் செ.சரத்.
saraths1995@gmail.com

நூலாசிரியர் பற்றி

முனைவர் செ.சரத்
உதவிப் பேராசிரியர்

பாரம்பரிய விவசாயக் குடும்பத்தில் பிறந்தவர். தமிழ்நாடு வேளாண்மைப் பல்கலைக்கழகத்தில் வேளாண் வணிக மேலாண்மையில், இந்திய சமூக அறிவியல் ஆராய்ச்சிக் கழகத்தின் உதவித்தொகையுடன் வேளாண்மைச் சுற்றுலாவில் முனைவர் பட்டம் பெற்றுள்ளார். தற்போது கோயம்புத்தூரில் இருக்கும் குமரகுரு தொழில்நுட்பக் கல்லூரியின் வேளாண் வணிக மேலாண்மைத் துறையில் உதவிப் பேராசிரியராக பணிபுரிந்து வருகிறார். வேளாண்மையை அடுத்த கட்டத்திற்கு எடுத்துச் செல்ல வேண்டும் என்னும் முனைப்புடனும், கவிஞர் கண்ணதாசனின் காதல் நினைப்புடனும் வாழ்ந்து வருபவர். வேளாண்மை சார்ந்த கட்டுரைகளை ஆங்கிலம் மற்றும் தமிழ் மாத இதழ்களிலும்; தினமணி, தி நியூ இந்தியன் எக்ஸ்பிரஸ், இந்து தமிழ் திசை மற்றும் இந்து பிசினஸ் லைன் போன்ற நாளிதழ்களிலும் எழுதி வருகிறார். 'ஏர்நாடி' எனும் முதல் படைப்பைத் தொடர்ந்து தனது இரண்டாவது படைப்பான 'ஏரோட்டம்' மற்றும் மூன்றாவது படைப்பான 'ஏரோட்டம் (பாகம்-2) போன்ற நூல்களை எழுதி வெளியிட்டுள்ளார். தற்போது தனது நான்காவது படைப்பான 'வணிகவழி வேளாண் சுற்றுலா' எனும் நூலை எழுதி உள்ளார்.

பொருளடக்கம்

1.	வேளாண் சுற்றுலா அறிமுகம்	14
2.	வளர்ந்த நாடுகளில் வேளாண் சுற்றுலா	18
3.	இந்திய மண்ணில் வேளாண் சுற்றுலா	21
4.	வேளாண் சுற்றுலா ஆரம்பிக்கும் முறை	25
5.	வேளாண் சுற்றுலா மூலம் வேளாண் கல்வி	29
6.	வேளாண் சுற்றுலாவும் வருமானமும்	33
7.	அனைவருக்குமான வேளாண் சுற்றுலா	37
8.	வேளாண் வணிகமாக வேளாண் சுற்றுலா	42
9.	தமிழ்நாட்டில் வேளாண் சுற்றுலா	46
10.	வேளாண் சுற்றுலாவில் சுற்றுலாவாசிகளின் எதிர்பார்ப்பு	51
11.	வேளாண் சுற்றுலாவில் விவசாயிகளின் பங்கு	55
12.	வேளாண் சுற்றுலாவும் சுற்றுச்சூழலும்	59
13.	நிலையான வளர்ச்சி இலக்குகளில் வேளாண் சுற்றுலா	63
14.	திருவிழாக்களை ஒன்றிணைக்கும் வேளாண் சுற்றுலா	67
15.	திட்டமிடுங்கள், வாய்ப்பை முன்னெடுங்கள்!	72

பயிர் விளைய தாராள மனதுடன் நிலம் கொடுத்த **இந்து தமிழ்**
திசை நாளிதழின் இணைப்பிதழான **வணிக வீதி** இதழுக்கு
அன்பும் நன்றியும்!

1. வேளாண் சுற்றுலா அறிமுகம்

வயது வித்தியாசம் இன்றி அனைவரையும் சுண்டி இழுக்கும் தன்மை சுற்றுலாவிற்கு என்றென்றும் உண்டு. சொல்லப்போனால் சுற்றுலாவிற்கு என்றும் இளமை தான். அத்தகைய இளமையின் வசந்த வாசலில் வலம் வர யாருக்குத்தான் விருப்பம் இல்லாமல் இருக்கும். இன்னமும் கூறவேண்டுமானால் ஜனநாயக நாட்டில் அவ்வப்போது நெருங்கும் தேர்தல் திருவிழா கூட சுற்றுலாவை ஊக்குவிக்கிறது. ஆம், கடந்த 2019-ஆம் ஆண்டு நடந்த நாடாளுமன்றத் தேர்தலை மையப்படுத்தி குஜராத் மாநிலத்தை சேர்ந்த சில சுற்றுலா நிறுவனங்கள் 'தேர்தல் சுற்றுலாவை' அறிமுகப்படுத்தி இருந்தன. இதன் மூலம் தேர்தல் நடக்கும் முறை, மக்கள் வாக்களிக்கும் முறை மற்றும் தேர்தல் பிரச்சாரம் போன்றவற்றைச் சுற்றுலாவாசிகள் கண்டுணரும் வகையில் ஏற்பாடு செய்து இருந்தனர். இதில் வெளிநாட்டு சுற்றுலா வாசிகள் பலரும் பங்குபெற்று இருந்தது குறிப்பிடத்தக்க ஒன்றாகும்.

2022-ஆம் ஆண்டின் புள்ளிவிவரம் படி இந்தியாவிற்கு 6.19 மில்லியன் வெளிநாட்டு சுற்றுலாவாசிகள் வருகை புரிந்துள்ளனர். அதுவே இந்தியாவின் பல்வேறு சுற்றுலாத் தலங்களுக்கு 1731.01 மில்லியன் உள்நாட்டு சுற்றுலாவாசிகள் சென்று வந்துள்ளதாக ஒன்றிய அரசின் சுற்றுலாத்துறை கூறுகிறது.

நாளுக்குநாள் சுற்றுலாவாசிகளின் வரவு அதிகரித்தாலும் கொரோனா காலகட்டத்தில் பெரும் சிக்கலை சுற்றுலாத்துறை சந்தித்தது. குறிப்பாக 2020 முதல் 2022 வரையிலான மூன்று வருடங்களில் மட்டும் சர்வதேச அளவில் $2.6 ட்ரில்லியன் நஷ்டம் சுற்றுலாத்துறைக்கு ஏற்பட்டது.

அதனை வீழ்வேன் என்று நினைத்தாயோ என்கிற பாரதியின் வரிகளை உள்ளடக்கி சுற்றுலாவானது மீண்டு எழுந்து வருகிறது. அதிலும் ஐந்தில் ஒருவர் சுற்றுலா மூலமே வேலைவாய்ப்பைப் பெறுகின்றனர் என்பதும் நம் இந்திய அளவில் சுற்றுலாத் துறையின் வளர்ச்சி என்பது நாளும்

வளர்ந்து 42.7 மில்லியன் மக்களுக்கு வாழ்வாதாரமாக விளங்கி வருவதும் குறிப்பிடத்தக்க ஒன்றாகும்.

வேளாண் சுற்றுலா

சுற்றுலாவின் அவதாரம் என்பது பல வகைகளில் பிறப்பெடுத்து இருந்தாலும் அதில் மண்ணின் மைந்தராய், ஆற்றுப் படுகையின் கரை ஓரமாய், சந்தனத் தென்றல் கமழும் பண்ணை வீடாய், வயல் வெளி செழிக்கும் பசுமைப் போர்வையாய், சூரியனின் ஒளிக் கீற்றாய்ப் பட்டொளி வீசும் வேளாண் சுற்றுலாவானது என்றென்றும் தனித்தன்மை வாய்ந்த ஒன்றாகும்.

உலகச் சுற்றுலா நிறுவனம் வேளாண் சுற்றுலாவை 'வேளாண் பண்ணையில் சுற்றுலா வாசிகளைத் தங்க வைத்து அவர்களுக்கு உணவளித்து வேளாண் பணிகளில் ஈடுபட வைத்து மேன்மை அடையச் செய்வதே' என்று கூறுகிறது.

மேலும் வேளாண் சுற்றுலா என்பது வேளாண் அறுவடையைக் கொண்டாடுவது, தோட்டத்தில் விளைந்த பழங்கள், காய்கறிகளைத் தேவையான அளவில் சுற்றுலா வாசிகளே அறுவடை செய்வது, பண்ணைக் குட்டைகளில் மீன் பிடிப்பது,

ஊரக வேளாண் சந்தையைப் பார்வையிடுவது, கிராமப்புறக் கைவினைக் கலைஞர்களிடம் பொருள்கள் வாங்குவது, மாட்டு வண்டியில் சவாரி செய்வது, பள்ளி மற்றும் கல்லூரி மாணவர்களுக்கு வேளாண்மை சார்ந்த வகுப்புகளை நடத்தி கற்றுக்கொடுக்க வைப்பது எனப் பலவற்றையும் உள்ளடக்கியுள்ளது.

வேளாண் சுற்றுலாவின் வரலாறு

1985-ஆம் ஆண்டில் இத்தாலிய தேசிய சட்ட கட்டமைப்பு வேளாண் சுற்றுலாவை கட்டமைத்தது. இந்த சட்டத்தின் சாரம்சமே வேளாண் பண்ணையைத் தொழில் முனையும் இடமாக மாற்றி விவசாயிகளைத் தொழில்முனைவோராக மாற்ற வேண்டும் என்பதே ஆகும். அத்துடன் இந்த சட்டத்தின் மூலம் சுற்றுலா வாசிகளை விவசாயிகள் தங்களின் பண்ணைகளில் தங்கவைத்துக் கொள்ளலாம். இதனால் இயற்கையை நேசித்து வேளாண்மையை விரும்பி வரும் சுற்றுலாவாசிகளின் வரவு அதிகரித்து இத்தாலிய விவசாயிகளின் வருமானமும் பெருக ஆரம்பித்தது. அதன் பலனாய் விவசாயிகளும் விவசாயத்தை ஆர்வத்துடன் மேற்கொண்டு பல புதுமைகளையும் புகுத்தினர். இதனால் நாளடைவில் இத்தாலியில் உள்ள டஸ்கனி வேளாண்மைச் சுற்றுலாவிற்கே பெயர்போன இடமாய் மாறிப்போனது. இத்தாலியைத் தொடர்ந்து பல வளர்ந்த நாடுகளில் தற்போது வேளாண் சுற்றுலா பிரபலமாக இருந்து வருகிறது.

2. வளர்ந்த நாடுகளில் வேளாண் சுற்றுலா

வளர்ந்த நாடுகள் யாவும் தன்னகத்தே பல்வேறு புதியதொரு தொழில் முறைகளையும், தொழில்நுட்பங்களையும் கையில் வைத்துள்ளன. அந்த வகையில் வேளாண் சுற்றுலாவை முதன் முதலில் அறிமுகப்படுத்தி அழகு பார்த்த பெருமை இத்தாலி நாட்டிற்கு உண்டு என்பதை முன்பே பார்த்து இருந்தோம்.

அதே வழியில் இங்கு ஸ்பெயின் மற்றும் அமெரிக்கா நாடுகளையும் குறிப்பிட வேண்டும். ஸ்பெயின் நாடானது அந்தந்த பகுதிகளுக்கு ஏற்ப வேளாண் சுற்றுலா தொடர்பான கொள்கைகளை வகுத்துள்ளது. ஏனென்றால் வேளாண்மை என்பது ஒவ்வொரு பகுதிக்கும் வேறுபடும் தன்மை கொண்டது. அதனை ஒரே நேர்கோட்டில் அளவிடுதல் கூடாது. ஆம் நிலவும் தட்பவெப்ப நிலை முதல் கொண்டிருக்கும் மண் வளம் வரை, கூடவே வளரும் பயிர் வகைகள் வரை ஒவ்வொரு பகுதிக்கும் வேறுபாடு என்பது இருக்கும். அதனையே இங்கு ஸ்பெயின் நாட்டின் வேளாண் சுற்றுலா தொடர்பான கொள்கை பறைசாற்றுகிறது.

அடுத்து அமெரிக்க நாட்டின் வேளாண் சுற்றுலா தொடர்பான சட்டம் குறிப்பாக வேளாண் சுற்றுலாவாசிகளுக்கு வேளாண் சுற்றுலா பண்ணை வைத்திருப்போர் ஏற்படுத்தித் தர வேண்டிய பாதுகாப்பை வலியுறுத்துகிறது. இப்படி

ஒவ்வொரு நாடுகளும் தங்கள் நாட்டின் வேளாண் வளங்களுக்கு ஏற்ப வேளாண் சுற்றுலா தொடர்பான கொள்கை மற்றும் சட்டங்களை இயற்றி உள்ளன.

சர்வதேச புள்ளிவிவர கணக்கு

உலகளவில் 2019-ஆம் ஆண்டு வேளாண் சுற்றுலாவின் மதிப்பு டாலர் 42.46 பில்லியனாக இருந்தது, அதுவே 2027-ஆம் ஆண்டு டாலர் 62.98 பில்லியனாக உயரும் என்று ஆய்வறிக்கை கூறுகிறது. அத்துடன் 2019 முதல் 2027-ஆம் ஆண்டுக்கு இடையேயான காலகட்டத்தில் ஆண்டுக்கு 13.4 சதவீதம் அளவிற்கு வேளாண் சுற்றுலாவின் வளர்ச்சி இருக்கும் என்றும் அந்த ஆய்வறிக்கை கூறுகிறது.

மேலும் 2002 முதல் 2017-ஆம் ஆண்டு வரையிலான காலகட்டத்தில் அமெரிக்க நாட்டில் விவசாயம் மூலம் கிடைக்கும் வருமானம் என்பது வேளாண் சுற்றுலா வழியே மூன்று மடங்கு பெருகியுள்ளது.

அமெரிக்காவில் வேளாண் சுற்றுலா

அமெரிக்க விவசாயிகளிடத்தில் வேளாண் சுற்றுலா பலத்த நம்பிக்கையைப் பெற்றுள்ள அதே வேளையில் சுற்றுலா வாசிகளிடத்தில் பெரும் வரவேற்பையும் பெற்றுள்ளது. குறிப்பாக நேரடியாக சுற்றுலா வாசிகளுக்கு வேளாண் விளை பொருட்களை விற்பதால் நல்ல லாபம் கிடைப்பதாக வேளாண் சுற்றுலா வைத்திருக்கும் விவசாயிகள் கூறுகின்றனர்.

2017-ஆம் ஆண்டின் புள்ளிவிவர கணக்குப்படி 28,575 பண்ணைகளில் வேளாண் சுற்றுலா நடைபெறுவதாகவும், அதன் மூலம் சுமார் $949 மில்லியன் அளவிலான வேளாண் விளை பொருட்கள் நேரடியாக விற்பனை செய்யப்பட்டதாகவும் கூறப்பட்டுள்ளது. மேலும் வேளாண் சுற்றுலா பண்ணைகளை எடுத்துக் கொண்டால் பல்வேறு வகைகளில் சுற்றுலா வாசிகளைக் கவரும் வண்ணம் வடிவமைத்துள்ளனர். உதாரணத்திற்குப் பழம் மற்றும் காய்கறித் தோட்டங்களில் சுற்றுலா வாசிகளே அவர்களுக்கு

வேண்டியதை நேரடியாக சென்று அறுவடை செய்து கொள்ளலாம்.

திராட்சைத் தோட்டங்களில் காய்த்திருக்கும் பழங்களை அறுவடை செய்து ஒயின் தயாரிப்பு பற்றி அறிந்து கொள்ளலாம். குழந்தைகளை அழைத்து வந்து பயிர்களை, பழங்களை அடையாளம் காட்டலாம். ஒரு வகையில் இது அவர்களிடையே வேளாண்மை சார்ந்த கல்வியறிவை ஊக்குவிக்கும். அத்தோடு அவர்களுக்கு உண்டான பொழுதுபோக்கு அம்சங்களும் நிறைந்து இருக்கின்றன. குதிரைச் சவாரி, பண்ணை குட்டைகளில் மீன் பிடிப்பு போன்றவைகளும் பொழுதுபோக்கு அம்சங்களாக உள்ளன.

இவை எல்லாவற்றையும் தாண்டி வேளாண் பண்ணைகளில் திறந்த வெளியில் நடக்கும் திருமணங்களுக்கு அமெரிக்காவில் நல்ல வரவேற்பு கிடைத்து வருகிறது. ஆம், ஆண்டுக்கு $60 பில்லியன் அளவிலான மதிப்பை கொண்டிருக்கும் திருமணம் தொடர்பான தொழிலில் வேளாண் சுற்றுலா பண்ணைகளும் முக்கியப்பங்கு வகிக்கின்றன.

----

3. இந்திய மண்ணில் வேளாண் சுற்றுலா

இந்தியாவின் வளங்களை எடுத்துரைக்காத கவிஞர்களே இல்லை என்று கூறும் அளவிற்குப் பல மொழிகளின் இலக்கியங்களிலும் இந்தியாவின் வளங்கள் பாடப்பட்டுள்ளன. இந்தியாவின் மொத்த சாகுபடி செய்யப்படும் பரப்பளவு என்பது 141 மில்லியன் ஹெக்டர். அதில் வெவ்வேறு காலநிலைகள் நீக்கமற நிறைந்து இருப்பதுடன் கிட்டத்தட்ட 73 மில்லியன் ஹெக்டர் நீர்ப்பாசன வசதியை உள்ளடக்கியுள்ள காரணத்தால் தான் 'சோலை நடுவில் சொக்குப் பச்சைப் பட்டுடை படர்ந்து கிடந்தது போல்' வேளாண் நிலங்கள் காட்சியளிக்கின்றன.

அத்தகைய சோலையின் வசந்த வாசலில் தஞ்சம் அடைய வேண்டுமானால் வேளாண் சுற்றுலா மட்டுமே ஆகச்சிறந்த வழியாகும். ஆம், இந்தியாவில் ஒவ்வொரு ஆண்டும் வேளாண் சுற்றுலாவின் வருமானம் இருபது சதவீதம் அதிகரித்து வருவதாக வணிகப் பொருளாதார ஆய்விதழ் கூறுகிறது. அப்படி அந்த வருமானத்தை சாத்தியப்படுத்திய மகாராஷ்டிரா மாநிலத்தின் வேளாண் சுற்றுலா வரலாறு பற்றி எழுதாமல் இந்தியாவின் வேளாண் சுற்றுலாவை முடிக்கமுடியாது.

மகாராஷ்டிராவின் வேளாண் சுற்றுலா

மகாராஷ்டிரா மாநிலத்தில் இருக்கும் வேளாண்மைச் சுற்றுலா வளர்ச்சிக் கழகம் தான் முதன் முதலில் இந்தியாவில் வேளாண் சுற்றுலாவிற்கு விதை போட்டது. வேளாண்மைச் சுற்றுலா வளர்ச்சிக் கழகமானது 2004-ஆம் ஆண்டு பாண்டுரங் தவாரே அவர்களால் ஆரம்பிக்கப்பட்டு முன்னோடித் திட்டமாக மகாராஷ்டிரா மாநிலத்தில் உள்ள பாரமதி மாவட்டத்தில் செயல்படுத்தப்பட்டது. பின்னர் தொடர்ந்து 500 விவசாயிகளுக்குப் பயிற்சியும், 152 வேளாண் பண்ணைகளும் தேர்வு செய்யப்பட்டன. அதன் பிறகு தேர்வு செய்யப்பட்ட பண்ணைகளில் நாளடைவில் வேளாண் சுற்றுலா செய்து வரும் விவசாயிகளின் வருமானம் 25 சதவீதம் கூடுதலாக உயர்ந்தது.

தொடர்ந்து வேளாண்மைச் சுற்றுலா வளர்ச்சிக் கழகமானது விவசாயிகளுக்கு வேளாண் சுற்றுலா சார்ந்த பயிற்சி அளிப்பது, அங்குள்ள இளைஞர்களைச் சுற்றுலா வழிகாட்டியாய் நியமிப்பது, சுற்றுலா வாசிகளுக்கு உணவு தயார் செய்ய மகளிர் சுயஉதவிக் குழுக்களைப் பணியமர்த்துவது, பள்ளிக் குழந்தைகளை அழைத்து வந்து வேளாண் பண்ணைகளைப் பார்வையிடச் செய்வது, இவைகளுடன் மாநில

அரசாங்கத்துடன் தொடர்பு ஏற்படுத்தி புனே மாவட்ட மத்திய கூட்டுறவு வங்கியில் கடன் வசதி ஏற்படுத்தித் தருவது எனப் பலவற்றையும் செய்து வருகிறது.

இதன் விளைவாக தற்போது மகாராஷ்ட்ராவில் மொத்தம் 328 பண்ணைகள் வேளாண் சுற்றுலாவைச் செயல்படுத்தி வருகின்றன. அதிலும் 2018 முதல் 2020 வரையிலான இடைப்பட்ட ஆண்டுகளில் 17 இலட்சத்திற்கும் மேற்பட்ட சுற்றுலாவாசிகள் வருகை புரிந்ததன் விளைவாக ரூ.60 கோடி வருமானமாக அங்குள்ள விவசாயிகளுக்கு கிடைத்துள்ளது. அத்துடன் ஒரு இலட்சத்திற்கும் மேற்பட்ட இளைஞர்கள் மற்றும் பெண்களுக்கு வேலைவாய்ப்பும் கிடைத்துள்ளது.

இதற்கிடையில் வேளாண் சுற்றுலாவின் வளர்ச்சியைக் கண்ட மாநில அரசாங்கத்தின் சுற்றுலாத்துறை 2020-ஆம் ஆண்டில் வேளாண் சுற்றுலாவிற்கு என்றே தனியாக கொள்கையை வகுத்தது. அந்தக் கொள்கையின்படி விவசாயிகள், கூட்டுறவு நிறுவனங்கள், வேளாண் ஆராய்ச்சி மையங்கள், வேளாண்மைப் பல்கலைக்கழகங்கள் மற்றும் உழவர் உற்பத்தியாளர் நிறுவனங்கள் வேளாண் சுற்றுலாவை ஆரம்பித்துக் கொள்ளலாம். இதற்கு மாநில அரசின் சுற்றுலாத்துறை நேரடியாக சான்றிதழ் அளித்து அங்கீகாரம்

தருகிறது. அத்தோடு அங்கீகாரம் பெற்றால் வங்கிகளில் கடன் மற்றும் இதர சலுகைகளும் கிடைக்கிறது.

மேலும் இந்தக் கொள்கையின் படி வேளாண் சுற்றுலா ஆரம்பிக்க எண்ணுவோர் முதலில் இரண்டு முதல் ஐந்து ஏக்கர் அளவிலான நிலம் வைத்திருக்க வேண்டும். அத்தோடு அந்த நிலத்தில் சுற்றுலாவாசிகள் தங்குவதற்கு ஏற்ற வகையில் போதிய அளவிலான அறைகளும், உணவு உண்ணும் இடமும் இருக்க வேண்டும். வேளாண் சுற்றுலா மையமாகப் பண்ணையை பதிவு செய்ய ஆரம்பத்தில் ரூ.2500 கட்ட வேண்டும். அதனை ரூ.1000 கொடுத்து ஐந்து ஆண்டிற்கு ஒருமுறை புதுப்பித்துக்கொள்ள வேண்டும். இவைகளை மகாராஷ்டிரா வேளாண் மற்றும் ஊரக சுற்றுலா வளர்ச்சிக் குழுவானது முறைப்படுத்தி ஊக்குவிக்கிறது.

4. வேளாண் சுற்றுலா ஆரம்பிக்கும் முறை

கடந்த வாரம் இந்தியாவைத் தொட்டு வேளாண் சுற்றுலா பற்றி எழுதியது போல இந்த வாரம் பாருக்குள்ளே நல்ல நாடாம் நம் தமிழ்நாட்டில் வேளாண் சுற்றுலாவின் நிலை பற்றி விளக்குமாறு வாசகர்கள் சிலர் கேட்டிருந்தனர். அது பற்றி விளக்குவதற்கு முன்பு வேளாண் சுற்றுலா ஆரம்பிக்கும் முறையை விரிவாக விளக்கினால் எந்த அளவிற்கு நம் தமிழ்நாட்டிற்கு வேளாண் சுற்றுலா உகந்தது என்பதை அறிந்து கொள்ளலாம். மேலும் அது பந்தியில் பரிமாறப்படும் பாயாசம் போல் வாசகர்களுக்கும் தித்திப்பாக இருக்கும்.

வேளாண் சுற்றுலாவிற்கு என்றே மூன்று வகையான தலையாய கொள்கைகள் இருக்கின்றன. அவை சுற்றுலாவாசிகள் கண்கவரப் பார்க்கும் வண்ணம் பொருட்களை வைப்பது, பொழுதுபோக்கு அம்சங்களை உள்ளடக்கி செயல்பாடுகளை வகுப்பது மற்றும் பண்ணையில் விளையும் பொருட்களை வாங்கும் வகையில் வசதியை ஏற்படுத்தித் தருவது போன்றவைகள் ஆகும். மேற்கண்ட இம்மூன்று கொள்கைகளை உள்ளடக்கியே வேளாண் சுற்றுலா இருத்தல் வேண்டும்.

இதற்கடுத்து ஜனநாயகத்திற்கு எப்படி நான்கு தூண்கள் இருக்கின்றதோ, அதே போல் வேளாண் சுற்றுலாவிற்கும் நான்கு தூண்கள் இருக்கின்றன. அவை பயிர் சாகுபடி, பொழுதுபோக்கு அம்சங்கள், பரிமாறப்படும் உணவு வகைகள் மற்றும் தங்குவதற்கான அறைகள் போன்றவைகளைக் கூறலாம்.

இவை எல்லாவற்றையும்விட வேளாண் சுற்றுலா பண்ணையானது முதன்மையாக விவசாயிகள், அதனூடே கிராமம் மற்றும் வேளாண்மை ஆகியவற்றோடு சங்கமிக்கும் வகையில் அமைந்திருக்க வேண்டும். இன்னமும் சொல்ல வேண்டும் என்றால் போவோமா ஊர்கோலம்... பாடலில் வரும் கிராமத்து வயல்வெளி போல எங்கெங்கும் பசுமை நிறைந்து கொட்டுகிற அருவியும் மெட்டுக்கட்டும் குருவியும் அடடடா அதிசயம்... என்பது போல் பாடுவதற்கு சுற்றுலாவாசிகளின் மனதைத் தூண்ட வேண்டும்.

ஆரம்பிக்கும் முறை

புதியதொரு தொழிலை ஆரம்பிக்கும் போது சாதக பாதகங்களை கணக்கில் கொள்ள வேண்டும். மேலும் தொழிலின் நீடித்த தன்மை, சந்தையில் அதற்கு உண்டான வரவேற்பு போன்றவற்றையும் கவனத்தில் வைக்க வேண்டும் என்பது தலையாய விதி. அத்தகைய விதி வேளாண் சுற்றுலாவிற்கும் பொருந்தும்.

வேளாண் சுற்றுலாவை ஆரம்பிக்கும் பண்ணையாளர்கள் பண்ணையைத் தேர்வு செய்யும்போது பண்ணை அமைந்திருக்கும் சூழலை கவனிக்க வேண்டும். அதற்கு முன்னர் தரவுகளை அவர்கள் திரட்ட வேண்டும். அதாவது அந்தப் பண்ணை அமைந்து இருக்கும் இடத்தில் சுற்றுலாத் தளம் ஏதேனும் இருக்கிறதா, அப்படி இருக்கிறதென்றால் சுற்றுலாவாசிகள் எத்தனைபேர் வருகை புரிந்துள்ளனர் என்றும் அவர்களின் சமூக காரணிகளையும் ஆராய வேண்டும். அதற்கடுத்து அவர்கள் வேளாண் சுற்றுலாவை ஆரம்பிக்கும் திட்டத்தின் சாத்தியக்கூறுகள் பற்றி விலாவாரியாக அலச

வேண்டும். அத்தோடு வேளாண் சுற்றுலாவிற்கு உண்டான நிதிநிலையையும் தயார் செய்ய வேண்டும்.

உதாரணத்திற்கு இவ்விடத்தில் மகாராஷ்டிரா மாநிலத்தில் 2017-ஆம் ஆண்டு நிறுவப்பட்ட வேளாண் சுற்றுலா பண்ணையின் மாதிரியை எடுத்துக் கொள்வோம். வேளாண் சுற்றுலா என்பது பருவகாலத்தோடு ஒன்றிப்போன காரணத்தால் ஆண்டிற்கு 240 நாட்கள் மட்டுமே கணக்கில் கொள்ளப்பட்டுள்ளது. அந்த வேளாண் சுற்றுலா பண்ணையின் செலவினங்களைக் கணக்கில் எடுத்துக்கொண்டால் செலவினத்திற்கு ரூ.40 முதல் ரூ.50 இலட்சங்கள் (கட்டிடம் மற்றும் உள்கட்டமைப்பு நிலையான செலவு -ரூ.30 முதல் ரூ.40 இலட்சம் வரை, பராமரிப்பு மற்றும் வேலையாட்கள் கூலி 240 நாட்களுக்கு- ரூ.5 முதல் ரூ.8 இலட்சம் வரை) தேவைப்படுகிறது. பின்னர் வருமானத்தை 240 நாட்களுக்கு என்று கணக்கிட்டு ரூ.30 இலட்சம் என்று தோராயமாக வரும்போது செலவினத்தை ஒன்றரை ஆண்டிற்குள் சமன் செய்து விடலாம். மேலும் நபர் ஒருவருக்கு பகல் மற்றும் இரவில் தங்குவதற்கு ரூ.600-1000 வரையிலும், கோடைகாலத்தில் மூன்று நாட்களுக்கு ரூ.2500-4000 வரையிலும், அதுவே விவசாயிகளுக்குப் பயிற்சி

அளிப்பதென்றால் ஏழு நாட்களுக்கு ரூ.10,000 கட்டணமாக அங்கு பெறப்படுகிறது.

மாதிரி வேளாண் சுற்றுலா அமைப்பு

(மொத்த பரப்பளவு: 2.5 ஏக்கர்)

1. அலுவலகம்
2. உணவகம்
3. குடில்கள்
4. விடுதி
5. பண்ணைக் குட்டை / நீச்சல் குளம்
6. சுற்றுலாவாசிகளால் பறித்துக் கொள்ள இயலும் வகையில் பழங்கள் மற்றும் பழமரங்கள்
7. நடைபாதை
8. ஆற்றின் கரையோரம்
9. கால்நடைகள்
10. விவசாய உபகரணங்கள்
11. தொன்மையான செடிகள் மற்றும் மலர்கள்
12. விதவிதமான பயிர் வகைகள்
13. நிகழ்ச்சிகள் (சினிமா அரங்கம், பழங்குடி நடனங்கள்)
14. கிராமிய விளையாட்டுகள்
15. நிகழ்வுகளுக்கான மண்டபம்
16. வேளாண் பொருட்கள் விற்பனை நிலையம்

----

5.   வேளாண் சுற்றுலா மூலம் வேளாண் கல்வி

நெல் இன்னமும் மரத்தில் தான் விளைகிறது என்று எண்ணிக்கொண்டிருக்கும் சில மாணவர்களிடத்தில் வேளாண் கல்வியை, அதன் அனுபவத்தை நாற்று நடுவதில் இருந்து வளர்ந்த நெல்மணிகளுடன் உறவாடுவது வரை எடுத்துச்செல்ல ஆகச்சிறந்த வழி வேளாண் சுற்றுலாதான்.

பள்ளி மற்றும் கல்லூரி மாணவர்களுக்கு வேளாண்மை சார்ந்த செய்முறை வகுப்புகளை அனுபவப் பாடங்களாக கற்றுக்கொடுக்க வேளாண் சுற்றுலா வழிவகுக்கும்.

வேளாண் சுற்றுலாவில் இருக்கும் சுவராசியமே எதனையும் இரசனையுடன் கண்டுணரும் தருணம்தான்.

என்னதான் ஆசிரியர் வகுப்பறையில் மாணவர்களை உட்கார வைத்து மரம், செடி, கொடி வகைகள் என்றும் மா, பலா, வாழைதான் முக்கனிகள் என்று உரக்கக் கூறி பாடம் நடத்தினாலும் மாணவர்களை வேளாண் பண்ணைக்கு அழைத்துச் சென்று அவர்களின் கைப்பட பழங்களை இரசித்து அறுவடை செய்து அதனை அவர்களிடத்தில் ருசிக்க வைத்துப் பார்க்கும்போது அதனின் தனிசுவை மூலம் அவர்கள் கற்றுக்கொள்ளும் பாடம் அலாதியானது. இன்றும் சில இடங்களில் நகரத்து வாசிப் பிள்ளைகளின் கால்தடம் வயல் மண்ணில் படாமமேலேயே இருந்து வருகிறது.

அதற்குக் காரணமாக நேரமின்மை, அவர்களின் கட்டமைக்கப்பட்ட வாழ்வு மற்றும் அதனைச் சார்ந்த பணி என எத்தனையோ இருந்தாலும் பெற்றோர்கள் வளரும் பிள்ளைகளிடத்தில் மண்ணின் வாசத்தை நுகரச் செய்யுங்கள், செம்மண் புழுதியில் விளையாடச் சொல்லுங்கள், வயக்காட்டு சேற்றில் கால் வைக்கச் சொல்லுங்கள், வளர்ந்து நிற்கும் தோட்டத்துப் பயிர்களை நலம் விசாரிக்கச் சொல்லுங்கள், பூவில் தேன் எடுக்கும் தேனீக்களை அடையாளம் காட்டுங்கள், பனைமரத்தின் பனையோலை நுனியில் கலைநயத்துடன் கூடு கட்டும் தூக்கணாங்குருவியைக் காட்டுங்கள், மரங்களில் காய்த்துக் குலுங்கும் கனிகளை எட்டிப் பிடித்து பறிக்கச் சொல்லுங்கள், வாய்க்கால் நீரில் முகம் கழுவச் சொல்லுங்கள், மண்வெட்டியில் மண்ணெடுக்க வையுங்கள், துள்ளித்திரியும் ஆட்டுக்குட்டியுடன் கொஞ்சி விளையாடச் சொல்லுங்கள், பண்ணைக்குட்டையில் ஆர்ப்பரித்து நீந்திச் செல்லும் பறவையைக் காட்டுங்கள், மாட்டுவண்டியில் சவாரி போகச் சொல்லுங்கள் இவைகளோடு பயிரிடும் விவசாயிகளின் அனுபவங்களையும் கேட்டுவரச் சொல்லுங்கள். இவையனைத்தும் பெற்றோர்களால் கூட்டிச்சென்று சொல்லித்தர முடியாவிட்டாலும், வேளாண் சுற்றுலா மூலம்

பள்ளிகளில் நடைமுறைப்படுத்த முடியும். இது பயிர்த்தொழில் பழகுவதின் விருப்பத்தை எதிர்வரும் மாணவத் தலைமுறையினர்களிடத்தில் எடுத்துச் செல்லும்.

மேலும் தற்போதைய நிலையில் வேளாண் சுற்றுலா மூலம் வேளாண் கல்வியைத் தருவது முக்கியத்துவம் வாய்ந்தது என்றுதான் கூற வேண்டும். ஏனென்றால் தன்னுடைய தட்டில் இடப்படும் உணவு எப்படி உற்பத்தி ஆகிறது, அதனை யார் உற்பத்தி செய்கிறார்கள் என்பதையெல்லாம் வெறும் புத்தகப்பாடத்துடன் நின்றுவிடாமல், அதனை செய்முறைப் பாடத்துடன் அனுபவ விவசாயிகளைக் கொண்டு மாணவர்களிடத்தில் கலந்துரையாடச் செய்யலாம்.

அந்தக் கலந்துரையாடல் விவசாயிகள் என்பவரை வெறும் உற்பத்திக் கேந்திரம் மட்டுமாகவே பார்க்கக் கூடாது, ஒடுங்கிப்போன முகமும் வாடி நிற்கும் தோற்றம் கொண்டவர்கள் விவசாயிகள் என்கிற எண்ணங்களை உடைத்து விவசாயி என்பவர் வெளியுலகைக் கற்றுத்தெரிந்தவர், மேன்மைமிகு உழைப்பிற்குச் சொந்தக்காரர், தனது தேவைகளைத் தயங்காது விஞ்ஞானிகள்

நிறைந்த சபையில் தட்டிக்கேட்கும் மாண்பு கொண்டவர்கள் விவசாயிகள் என்பனவற்றை மாணவர்களின் மனதில் பதிய வைக்கும்.

எனவே இவைகளைக் கருத்தில்கொண்டு மாணவர்களின் பள்ளிப்பாடத்தில் வேளாண் சுற்றுலாவை சேர்க்க வேண்டும். அதனை வழிநடத்திச் செல்ல அனுபவ விவசாயிகளை அந்தந்தப் பள்ளிகளே கண்டறியலாம். பண்ணையைப் பார்வையிட்டு, அங்குள்ள சிறப்பு அம்சங்களைக் கண்டுணர்வதற்கு உண்டாகும் தொகையைப் பள்ளிகள் விவசாயிகளுக்கு வழங்கலாம். மேலும் வேளாண் சுற்றுலா மூலம் அவ்வப்போது வேளாண்மைப் பல்கலைக்கழகங்களுக்கும், வேளாண் கண்காட்சிக்கும் அழைத்துச் செல்வதுடன், வேளாண் சுற்றுலா மூலம் அறிந்து கொண்டதை எடுத்துக்கூறும் வகையில் பள்ளிகளில் மாணவர்களைக் கொண்டு மாதிரித் தோட்டம் அமைக்க அறிவுறுத்தலாம்.

6.   வேளாண் சுற்றுலாவும் வருமானமும்

விவசாயிகளைப் பொறுத்தவரையில் சிறு, குறு மற்றும் பெரிய விவசாயிகள் என பிரிவுகள் உண்டு. பத்தாவது வேளாண் கணக்கெடுப்பின் அறிக்கைப்படி இரண்டரை ஹெக்டருக்கும் குறைவான நிலங்களை வைத்திருக்கும் சிறு குறு விவசாயிகள் இந்தியாவில் 86.2 சதவீதம் அளவிற்கு உள்ளனர். அதுவே அவர்களின் பயிர் சாகுபடி பரப்பளவு என்பது வெறும் 47.3 சதவீதம் அளவிற்குத்தான் உள்ளது.

மேலும் அந்த அறிக்கையானது சிறு குறு விவசாயிகளின் எண்ணிக்கை கிட்டத்தட்ட 126 மில்லியன் அளவிற்கு வளர்ந்து உள்ளதாகவும், அவர்களின் மொத்த நிலப் பரப்பளவு என்பது 74.4 மில்லியன் ஹெக்டர் என்றும் கூறுகிறது. அதாவது சராசரியாக ஒரு சிறு குறு விவசாயி 0.6 ஹெக்டர் அளவிலான நிலத்தை கொண்டிருப்பதை அந்த அறிக்கை சுட்டிக்காட்டுகிறது.

மொத்தத்தில் இந்தியாவில் இருக்கும் விவசாயிகளின் சராசரி நிலப்பரப்பு என்பது 1.08 ஹெக்டர் என்று இருக்கும் அதே வேளையில், அதனால் போதிய அளவிலான வேளாண் தொழில்நுட்பத்தை விவசாயிகளிடத்தில் கொண்டு சேர்ப்பதில் சிக்கல் நிலவி வருவதாக அந்த அறிக்கை எடுத்துரைக்கிறது.

இதற்கிடையில் விவசாயிகளின் வருமானத்தை எடுத்துக்கொண்டால் சராசரியாக இந்தியாவில் மாதத்திற்கு விவசாயி ஒருவர் ரூ.10,218 ஈட்டுவதாக புள்ளிவிவர அறிக்கை

ஒன்று கூறுகிறது. அதாவது 2012-13 ஆம் ஆண்டில் மாதத்திற்கு ரூ. 6,426 ஆக இருந்த விவசாயிகளின் வருமானம் 2018-19 ஆம் ஆண்டில் ரூ.10,218 ஆக அதிகரித்துள்ளது. இதனை வேளாண் கூலியாட்களின் வருமானத்தோடு ஒப்பிடுகையில் குறைவு தான். அதனால்தான் பல இடங்களிலும் விவசாயிகள் விவசாயத்தை விட்டு வெளியேறி கூலி வேலைக்கு செல்வதாக அந்த அறிக்கை கூறுகிறது.

தற்போதைய நிலையில் உடனடியாக சிறு குறு விவசாயிகளின் பிரச்சனையை தீர்க்க முடியாவிட்டாலும், அவர்கள் காலப்போக்கில் பிரச்சனையில் இருந்து வெளிவர தீர்வுகளைத் தருவது என்பது அவசியமாகிறது. மேலும் அந்த தீர்வு என்பது நிலைத்த நீடித்த வளர்ச்சியைக் கொண்டிருக்க வேண்டும். அதில் குறிப்பாக தகுந்த மதிப்புடைய பயிர் சாகுபடி முதல் மதிப்பு கூட்டு சங்கிலி வரை நீண்டு இரண்டாம் நிலை வேளாண்மையை உள்ளடக்கியதாக இருக்க வேண்டும்.

இரட்டிப்பு வருமானம்

விவசாயிகளின் வருமானம் 2022-க்குள் இரட்டிப்பு ஆக்க வேண்டும் என்கிற நோக்கில் ஒன்றிய அரசு 2016-ஆம் ஆண்டு குழுவொன்றை அமைத்தது. அக்குழு 2018-ஆம் ஆண்டு அதன் இறுதி அறிக்கையை சமர்ப்பித்தது. அதில் இரண்டாம் நிலை வேளாண்மை சார்ந்த வகைகளில் முக்கியமாக வேளாண் சுற்றுலாவை அந்த அறிக்கை பரிந்துரை செய்து இருந்தது.

வேளாண் சுற்றுலாவானது சர்வதேசம் முதல் தேசியம் வரை எவ்வாறெல்லாம் பறந்து விரிந்துள்ளது என்றும், அதனைத் தொழிலாக மேற்கொள்ளும் முறை பற்றியும், வேளாண் சுற்றுலாவின் தனித்த கொள்கை முக்கியத்துவம் பற்றியும் விரிவாக அறிக்கையில் கூறப்பட்டிருந்தது. மேலும் வேளாண் சுற்றுலா மூலம் கிடைக்கும் வருமானம் பற்றி மகாராஷ்டிரா மாநிலத்தில் செயல்படும் வேளாண் சுற்றுலா பண்ணையை வைத்து விளக்கப்பட்டு இருந்தது.

இதற்கிடையில் இரட்டிப்பு வருமானத்தில் குடிகொண்டிருக்கும் வேளாண் சுற்றுலா பண்ணையை ஆரம்பிக்க வேண்டும் என்றால் குறைந்தது இரண்டரை ஏக்கர் நிலமாவது வேண்டும். மேலும் அதற்கு தகுந்த முதலீடும் வேண்டும். ஆனால் நம் இந்தியாவை பொறுத்தவரையில் பெரும்பாலான விவசாயிகள் சிறு குறு விவசாயிகள் தான், அத்தோடு அவர்களின் மாத வருமானமும் சொல்லிக்கொள்ளும் படி இல்லை. நிலைமை இப்படி இருக்கையில் எப்படி வேளாண் சுற்றுலா அவர்களுக்குப் பொருந்தும் என்பதைக் கேள்விக்குறியுடன் பார்ப்பதற்குப் பதிலாக, அதனைப் பொருத்தமாக நம் மண்ணிற்கும், வேளாண் பெருமக்களுக்கும் எப்படி எடுத்துச்செல்லலாம்

என்பதைக் கண்டறிய வேண்டிய நேரமிது. மேலும் அந்தக் கண்டறிதல் என்பது வேளாண் சுற்றுலாவின் நிலைத்த நீடித்த வளர்ச்சிக்கு அடித்தளமிடும் வகையில் இருக்க வேண்டும்.

7. அனைவருக்குமான வேளாண் சுற்றுலா

'எல்லோரும் இன்புற்று இருக்க' என்று தாயுமானவர் கூறுவது போல இங்கு வேளாண் சுற்றுலாவும் அனைத்து விவசாயிகளுக்கும் பொருந்திய ஒன்றாக இருக்க வேண்டும். அதாவது சிறு குறு விவசாயிகள் முதல் பெரிய விவசாயிகள் வரை இந்த பட்டியல் நீண்டுள்ளது.

சரி, அதெப்படி சிறு குறு விவசாயிகளுக்கு வேளாண் சுற்றுலாவை பொருந்த வைப்பது? இதற்கு முதலில் பால் உற்பத்தியில் தன்னிறைவு அடைய அமுல் என்னும் மிகப்பெரும் சாம்ராஜ்ஜியத்தை உருவாக்கிய வர்க்கீஸ் குரியன் அவர்களின் தன்னிகரில்லா வாழ்க்கை வரலாற்றில் இருந்து தான் தொடங்க வேண்டும்.

1926-இல் குஜராத்தில் இருக்கும் கைரா மாவட்டத்தில் பால் பண்ணை வைத்திருக்கும் சிறு குறு விவசாயிகள் அனைவரும் ஒன்றிணைந்து அப்போது பால் உற்பத்தியில் முன்னிலை வகித்த பால்சன் நிறுவனத்திற்கு எதிராக தூக்கிய போர்க்கொடி தான் அமுல் கூட்டுறவு நிறுவனம் ஆரம்பிக்க வேண்டிய சூழலை அவர்களிடையே ஏற்படுத்தியது. பின்னர் நடந்தது

அனைத்தும் வெற்றியின் வரலாறாக அமுல் கூட்டுறவு நிறுவனத்தை சமுதாயத்தில் நிலை நிறுத்தியது.

அப்படி அந்த சமுதாயத்தின் வெற்றியை குரியன் அவர்கள் பின்வருமாறு கூறினார். அதாவது "நாங்கள்- நமது விவசாயிகள் மற்றும் அவர்களுடைய கூட்டுறவு சங்கங்கள்- இந்த தேசத்தின் பால் பொருள்கள் களத்தில், அந்நிய முதலீட்டை நுழையவிடாமல் கட்டுப்படுத்தி விட்டோம் என்பதைக் குறிப்பிடுவதில் மிகவும் பெருமிதம் கொள்கிறோம்" என்று.

அமுலின் வழியில் வேளாண் சுற்றுலா

அமுலின் வழியே வேளாண் சுற்றுலாவை உருவாக்க முதலில் விவசாயிகளிடையே ஒற்றுமை வேண்டும். அந்த ஒற்றுமையில் நல்ல புரிதல் இருக்க வேண்டும். அதிலும் கூட்டுறவு என்னும் சொல் பெரிய விவசாயிகளைக் காட்டிலும் சிறிய விவசாயிகளுக்குச் சாதகமான சூழலை உண்டாக்கும்.

மேலும் கூட்டுறவு நிறுவனத்தின் பாணியில் செயல்பட்டு வரும் உழவர் உற்பத்தியாளர் நிறுவனங்களையும் வேளாண் சுற்றுலாவிற்கு உகந்ததாக மாற்றலாம்.

2020-ஆம் ஆண்டின் நிதிநிலை அறிக்கையில் ஒன்றிய அரசு 2024-ஆம் ஆண்டிற்குள் 10,000 உழவர் உற்பத்தியாளர் நிறுவனங்களை இந்தியாவில் ஆரம்பிக்க வேண்டும் என்று கூறியிருந்தது. அந்த வகையில் இது வரை 7600 உழவர் உற்பத்தியாளர் நிறுவனங்கள் ஆரம்பிக்கப்பட்டு பதிவு செய்யப்பட்டுள்ளதாக வேளாண் அமைச்சர் பாராளுமன்றத்தில் கூறியிருந்தார்.

இங்கு நபார்டு வங்கி உழவர் உற்பத்தியாளர் நிறுவனம் பற்றி நடத்திய ஆய்வையும் நாம் கவனத்தில் கொள்ள வேண்டும். உழவர் உற்பத்தியாளர் நிறுவனங்கள் சிறு குறு விவசாயிகளுக்குப் பயிர் சாகுபடி மற்றும் சந்தை சார்ந்த நிலவரங்களை தருவதுடன் அவர்களுக்கு பக்க பலமாக செயல்படுவதாகவும், 2020 முதல் 2022 ஆம் ஆண்டிற்கு உட்பட்ட காலகட்டத்தில் உழவர் உற்பத்தியாளர் நிறுவனங்களோடு ஒன்றி இருக்கும் விவசாயிகளின் வேளாண்

பொருட்கள் உற்பத்தியானது 18.75 முதல் 31.75 வரை உயர்ந்துள்ளதாகவும், இடுபொருள் செலவும் ரூ.50 முதல் ரூ.100 வரை ஒவ்வொரு சிப்பத்திற்கும் குறைந்துள்ளதாகவும் அந்த ஆய்வு கூறுகிறது.

அத்தோடு முக்கியமாக வேளாண்மையின் இரண்டாம் நிலை தொழில்களான காளான் மற்றும் தேனீ வளர்ப்பு போன்றவைகள் விவசாயிகளின் வருமானத்தை உயர்த்துவதாக கூறுகிறது. அப்படிப் பார்க்கையில் இங்கு வேளாண் சுற்றுலாவும் பொருத்தமாக பொருந்திப் போகும்.

மேலும் உழுவர் உற்பத்தியாளர் நிறுவனங்களுக்குப் பொருந்திப் போகும் வகையில் வேளாண் சுற்றுலாவை மகாராஷ்டிரா மாநிலத்தின் நாஷிக் பகுதியில் இருக்கும் சயாத்திரி உழுவர் உற்பத்தியாளர் நிறுவனம் அதன் பண்ணையில் செயல்படுத்தி வருகிறது. பண்ணையைச் சுற்றிப்பார்க்க வரும் சுற்றுலாவாசிகளுக்கு மதிப்பு கூட்டப்பட்ட வேளாண் பொருட்கள் தயாரிப்பது, திராட்சை மற்றும் ஸ்ட்ராபெர்ரி பழங்களை அறுவடை செய்ய வைப்பது, வேளாண் பண்ணையில் தங்க வைத்து உணவளிப்பது மற்றும் வேளாண் சுற்றுலாவின் இன்னபிற செயல்பாடுகளிலும் ஈடுபட வைப்பது என வேளாண் சுற்றுலாவை வெற்றிகரமாக நடத்தி வருகின்றனர்.

(மகாராஷ்டிரா மாநிலத்தின் நாஷிக் பகுதியில் இருக்கும் சயாத்திரி உழவர் உற்பத்தியாளர் நிறுவனம் அதன் பண்ணையில் செயல்படுத்தி வரும் வேளாண் சுற்றுலா தொடர்பான புகைப்படங்கள்).

41~வணிகவழி வேளாண் சுற்றுலா

8.   வேளாண் வணிகமாக வேளாண் சுற்றுலா

வேளாண்மையின் பலம் என்பது பெரும்பாலும் வணிகத்தில் தான் அடங்கியிருக்கிறது. வணிக வழி தான் லாபத்தை நிர்ணயம் செய்கிறது. மேலும் அந்த வணிகம் என்பது உள்ளூர் தொடங்கி வெளியூர் வரை நீண்டிருக்கிறது.

அந்த வகையில் இங்கு வேளாண் சுற்றுலாவை வணிகமாக வளர்த்து எடுப்பதற்கான வழிமுறைகள் பற்றிப் பார்ப்போம். பொதுவாகவே சந்தையின் படிநிலைகளில் பொருள், விலை, இடம் மற்றும் கூட்டணி என சில காரணிகள் உண்டு. இவ்விடத்தில் பொருள் என்பது வேளாண் சுற்றுலாவில் சுற்றுலா வாசிகள் கண்டுணரும், ருசித்து உணரும் பொருட்களைக் குறிக்கும். அதுவே விலை என்பது வேளாண் சுற்றுலாவில் சுற்றுலா வாசிகளுக்கு நிர்ணயம் செய்யும் தொகையை குறிக்கும்.

மேலும் தொகை என்பது பருவத்திற்கு, இடத்திற்கு தகுந்தவாறு வேறுபடும். இடம் என்பது அமைந்திருக்கும் சூழல் மற்றும் போக்குவரத்து வசதிகளை குறிக்கும். இறுதியாக கூட்டணி என்பது வணிகத்துடன் மிகவும் ஒன்றிப்போன ஒன்றாகும். அதுவே அடுத்த கட்ட வளர்ச்சிக்கு வித்திடும். இன்னமும் சொல்லப்போனால் அரசியல்வாதிகள் சொல்வது போல் வெற்றிக்கூட்டணியாக அவ்வப்போது அமையும்.

இங்கு அப்படி வெற்றிக்கூட்டணியாக வலம் வரும் அமெரிக்கா நாட்டின் வேளாண் சுற்றுலா பண்ணையாளர்கள் மற்றும் சுற்றுலா நிறுவனமான ஏர் பீஎன்பீ (Airbnb) பற்றி குறிப்பிட்டே ஆக வேண்டும்.

அமெரிக்காவைப் பொறுத்தவரை 97 சதவீத வேளாண் பண்ணைகள் என்பது அந்தந்த பண்ணையின் குடும்பத்தாரால் நடத்தப்படுகின்றன. அதில் 88 சதவீதம் சிறு பண்ணைகள் ஆகும். மேலும் பல வேளாண் பண்ணைகள் வேளாண் சுற்றுலாவை ஏர் பீஎன்பீ நிறுவனத்துடன் இணைந்து நடத்தி வருகின்றனர்.

ஏர் பீஎன்பீ சுற்றுலா நிறுவனம் இருநூறுக்கும் மேற்பட்ட நாடுகளில் இயங்கி வரும் சூழலில் அமெரிக்காவில் சிறு பண்ணையாளர்களுக்கு வேளாண் சுற்றுலா மூலம்

கைகொடுத்து வருகிறது. வேளாண் சுற்றுலா வைத்திருக்கும் பண்ணையாளர் அவரின் பண்ணையை முறையாக ஏர் பீஎன்பீ தளத்தில் பதிவு செய்ய வேண்டும். அதன்பின் ஏர் பீஎன்பீ தளத்தில் சுற்றுலா வாசிகள் அவர்களுக்கு விருப்பப்பட்ட பண்ணையைத் தேர்வு செய்து கொள்ளலாம். சுற்றுலாவாசி ஏர் பீஎன்பீ மூலம் பண்ணையைத் தேர்வு செய்யும்போது மொத்தவிலையில் மூன்று சதவீதத்தை அந்நிறுவனம் எடுத்துக் கொள்ளும். சராசரியாக ஆண்டிற்கு இந்த வெற்றிக்கூட்டணி மூலம் $12,000 முதல் $15,000 வரை பண்ணையாளர்கள் ஈட்டுகின்றனர். அதில் மேலும் பல புதுமைகளையும் ஏர் பீஎன்பீ நிறுவனம் புகுத்தி வருகிறது. அதனால் சுற்றுலா வாசிகள் பலரும் நகரத்தில் இருக்கும் ஹோட்டல்களை காட்டிலும் ஊரக பகுதிகளில் இருக்கும் பண்ணையைத் தேர்வு செய்வதாகவும், 2019 மற்றும் 2021-ஆம் ஆண்டிற்கு இடைப்பட்ட காலத்தில் மட்டும் 110 சதவீதம் அளவிற்கு வளர்ந்து இருப்பதாக ஏர் பீஎன்பீ ஆய்வறிக்கை கூறுகிறது. அதன்மூலம் அந்த இடைபட்ட ஆண்டிற்குள் மட்டும் கிட்டத்தட்ட $3.5 பில்லியன் அளவிற்கு அமெரிக்காவின் ஊரக பகுதிகளில் இருக்கும் வேளாண் பண்ணைகள் வருமானம் ஈட்டி உள்ளன. மொத்தத்தில் அமெரிக்காவில் இருக்கும் பெரும்பாலான வேளாண் பண்ணைகள் ஏர் பீஎன்பீயுடன் வைத்திருக்கும் கூட்டணி மூலம் வேளாண் சுற்றுலாவில் நல்ல லாபம் ஈட்டிவருகின்றனர்.

நம் இந்தியாவிற்கு இதுபோன்ற கூட்டணி உகந்ததா என்று கேட்டால் உகந்தது என்று தான் சொல்ல வேண்டும். ஏர் பீஎன்பீ நிறுவனம் இந்தியாவிலும் இயங்கி வருகிறது. அத்தோடு சுற்றுலாத்தலங்களைச் சுற்றுலா வாசிகளுக்கு தெரியப்படுத்தும் இன்னபிற நிறுவனங்களும் இதில் இணையலாம். மேலும் சுற்றுலாவை ஊக்கப்படுத்தும் அரசின் சுற்றுலா தொடர்பான செயல்பாடுகளான *'Incredible India'*, *Enchanting Tamil Nadu* போன்றவற்றுடன் இணைத்து வேளாண் சுற்றுலாவை ஊக்கப்படுத்தலாம். அவைகளோடு கிராமப் பஞ்சாயத்துகள் அந்தந்த கிராமங்களில் வேளாண் சுற்றுலாவின் வளர்ச்சிக்கு உறுதுணையாக இருக்கும் பட்சத்தில் கூட்டணி பலம் மென்மேலும் கூடும்.

9. தமிழ்நாட்டில் வேளாண் சுற்றுலா

தமிழ்நாட்டின் இயற்கை வளங்கள் குறித்து குறிப்பிடுகையில் 'திரு மேனி செழித்த தமிழ்நாடு' என பாரதியார் குறிப்பிட்டிருப்பார். அவ்வாறு மேனியாவும் செழித்திருக்கும் தமிழ்நாட்டில் வேளாண் சுற்றுலாவிற்கு என்று தகுந்த இடமளிக்க வேண்டிய தருணமிது. அதனைக் கருத்தில்கொண்டு தமிழ்நாடு அரசின் சுற்றுலாத்துறை வேளாண் சுற்றுலா தொடர்பான கொள்கையை அறிமுகப்படுத்த தீவரம் காட்டி வருகிறது.

46~வணிகவழி வேளாண் சுற்றுலா

அது தொடர்பான இணைய வழி ஆலோசனைக் கூட்டத்தை அண்மையில் தமிழ்நாடு அரசின் சுற்றுலா வளர்ச்சிக் கழகம் ஒருங்கிணைத்து இருந்தது. அதில் பேசிய அன்றைய சுற்றுலா வளர்ச்சிக் கழகத்தின் நிர்வாக இயக்குநர் சமயமூர்த்தி IAS அவர்கள் 'குழந்தைகள், நகர்ப்புற மாணவர்கள், சுற்றுலாவாசிகள் ஆகியோருக்கு இயற்கை தொடர்பான புரிதலை ஏற்படுத்தவும், விவசாயிகளுக்கு கூடுதல் வருவாய் கிடைக்கச் செய்யவும், தமிழ்நாட்டில் வேளாண் சுற்றுலா தொடர்பான திட்டத்தை மேம்படுத்த முயற்சி மேற்கொண்டுள்ளோம் என்று கூறியிருந்தார்.

அதற்கு கைகொடுக்கும் நோக்கில் ஏற்கனவே தமிழ்நாட்டில் வேளாண் சுற்றுலாவை நடத்தி வரும் வேளாண் பண்ணையின் உரிமையாளர்கள் சிலர் முன்னெடுத்த நகர்வு பாராட்டிற்குரியது ஆகும்.

சுற்றுலாத்துறையின் புள்ளிவிவர கணக்குப்படி 2023-ஆம் ஆண்டில் மட்டும் உள்நாட்டு சுற்றுலாவாசிகளின் வரவு 28.61 கோடி பேர் ஆகும். அதுவே வெளிநாட்டு சுற்றுலாவாசிகள் கிட்டதட்ட 11.75 லட்சம் பேர் வருகை தந்துள்ளனர். 2022-ஆம் ஆண்டோடு ஒப்பிடுகையில் உள்நாட்டு சுற்றுலாவாசிகளின் வரவு 33 சதவீதமும், வெளிநாட்டு சுற்றுலாவாசிகளின் வரவு 97 சதவீதமும் அதிகரித்துள்ளது. மொத்தத்தில் தமிழ்நாட்டின் மொத்த உள்நாட்டு உற்பத்தியில் 10 முதல் 12 சதவீதம் சுற்றுலா மூலம் வருவதென்பது கவனிக்கத்தக்க ஒன்றாகும்.

முன்னெடுக்க சில யோசனைகள்

ஐவகை நிலங்களை உள்ளடக்கி கலாச்சாரத்திற்கும், உழைப்புக்கும், வேளாண்மைக்கும் பெயர்போன தமிழ்நாட்டில் வேளாண் சுற்றுலாவை வளர்த்தெடுக்க சில யோசனைகள்:

- முதலில் வேளாண் சுற்றுலாவுக்கு என்று தனித்த கொள்கையை உருவாக்க அரசாங்கத்தின் சுற்றுலாத்துறை சார்பில் ஒரு குழுவை நியமிக்க வேண்டும். அத்துடன் வேளாண் சுற்றுலாவை ஆரம்பிக்கப்போகும் பண்ணைகளுக்கு தனித்த அங்கீகாரம் மற்றும் வழிமுறைகளைப் பின்பற்ற அறிவுறுத்த வேண்டும்.

- வேளாண் சுற்றுலாவை ஆரம்பிக்க விவசாயிகளுக்கு வங்கிகளில் கடன் மற்றும் வரி விலக்கு போன்றவைகளைத் தருவதற்கு வழிவகை செய்ய வேண்டும். இதில் கூட்டுறவு வங்கிகளையும் ஈடுபடுத்த வேண்டும்.

- கிராம பஞ்சாயத்துகள் அந்தந்த கிராமங்களில் வேளாண் சுற்றுலாவின் வளர்ச்சிக்கு உறுதுணையாக இருக்க முன்வர வேண்டும்.

- தோட்டக்கலைத்துறையின் கீழ் இருக்கும் அரசு தோட்டக்கலை பண்ணைகளில் வேளாண் சுற்றுலாவை முன்மாதிரியாக செயல்படுத்த வேண்டும். மேலும் அவ்வப்போது விவசாயிகளுக்கு வேளாண் சுற்றுலாவில் கைதேர்ந்த நிபுணர்களைக் கொண்டு பயிற்சி தர வேண்டும். அத்துடன் சுற்றுலாத்துறை சார்பில் இளைஞர்களுக்கு வேளாண் சுற்றுலா தொடர்பான பட்டயப்படிப்புகளை அறிமுகப்படுத்த வேண்டும்.

- பொங்கல் திருவிழாவை கிராமங்களில் வேளாண் சுற்றுலாவுடன் இணைத்துக் கொண்டாடும் வகையில் சுற்றுலாத்துறை திட்டங்களை வகுக்க வேண்டும்.

- பள்ளிக் கல்வித்துறை வேளாண் சுற்றுலா மூலம் மாணவர்களுக்கு வேளாண் கல்வியை எடுத்துச்செல்லும் வகையில் அந்தந்த ஊர்களில் இருக்கும் விவசாயிகளுடன் கைகோர்க்க வேண்டும்.

- வேளாண் சுற்றுலாவை அனைவரிடத்திலும் தெரியப்படுத்த தனியார் சுற்றுலா இணையதளங்களோடு ஒப்பந்தம் செய்திட வேண்டும்.

- வேளாண் சுற்றுலாவை கிராமங்களில் சீரும் சிறப்புமாக மேற்கொள்ளப்படும் வகையில் சாலை வசதி இருந்திட வேண்டும்.

ஆகவே, தற்போதைய காலகட்டத்தில் பலரும் இயற்கையை விட்டு நம் வேளாண் தொழிலை விட்டு விலகியிருக்கும் சூழ்நிலையில் வேளாண்மைச் சுற்றுலாவென்பது காந்தியின் 'இந்தியா அதன் கிராமங்களில் தான் வாழ்கிறது' எனும் கூற்றை மெய்ப்பித்துக் காட்டுவதுடன், விவசாயிகளின் சீரான வருமானத்திற்கும் வழிவகுக்கும். எனவே, சுற்றுலாவாசிகளுக்காக வேளாண் சுற்றுலா வழியே காத்திருக்கும் ஓர் அழகிய விடியலைக் காண தமிழ்நாடு அரசு இக்கணமே முனையும் என்று நம்புவோமாக.

49~வணிகவழி வேளாண் சுற்றுலா

10. வேளாண் சுற்றுலாவில் சுற்றுலாவாசிகளின் எதிர்பார்ப்பு

வியாபாரத்தில் வாடிக்கையாளர்களின் எதிர்பார்ப்பை பூர்த்தி செய்வதில்தான் வெற்றி அடங்கியுள்ளது. அது சுற்றுலாவிற்கும் பொருந்தும். பொதுவாகவே சுற்றுலாவாசிகள் சுற்றுலா செல்லும்போது சில எதிர்பார்ப்புகளை உள்ளடக்கியே செல்கின்றனர். அத்தகைய எதிர்பார்ப்புகள் பூர்த்தியாகும் பட்சத்தில் மீண்டும் சுற்றுலா செல்ல ஆயத்தமாகின்றனர்.

இந்நிலையில் சுற்றுலா தொடர்பான தொழிலில் இருக்கும் சில முன்னணி நிறுவனங்கள் சுற்றுலாவாசிகளின் எண்ண ஓட்டத்தை கண்டுணர்ந்து அறிக்கையாக வெளியிட்டுள்ளன. அதில் தற்போது பெரும்பாலான இந்திய நாட்டின் சுற்றுலாவாசிகள் அதிலும் குறிப்பாக இளம் வயதுடைய சுற்றுலாவாசிகள் கடைசி நிமிடத்தில் தான் சுற்றுலா செல்வது தொடர்பான முடிவை உறுதி செய்து செய்வதாகவும், அதற்கு முக்கிய காரணங்களாக சில நாடுகளில் சுற்றுலாவிற்காக கட்டாய விசா இல்லாதது, சுற்றுலா முன்பதிவிற்கு போதிய வசதிகள் இருப்பது, இவை எல்லாவற்றையும்விட

வருமானத்தில் செலவழிக்கக் கூடிய தன்மை மக்களிடையே பெருகி இருப்பது போன்றவைகளாகும்.

மேலும் உலகளவில் எடுத்துக்கொண்டால் பொருளாதாரத்தில் நடுத்தரவர்க்கத்தை சேர்ந்தவர்களே அதிகளவில் சுற்றுலா செல்வதாகவும், 2030-ஆம் ஆண்டிற்குள் இந்தியர்கள் சுற்றுலா செல்வதற்கு செலவழிப்பதில் உலகளவில் நான்காம் இடத்தில் இருப்பார்கள் என்றும், கிட்டதட்ட இந்தியர்களின் சுற்றுலா செல்வதற்கான மொத்த செலவினம் என்பது $410 பில்லியன் அளவில் இருக்கும் என்றும் அறிக்கை கூறுகிறது. சீனா, ஐப்பான், அமெரிக்கா மற்றும் ஐரோப்பிய நாட்டினரைக் காட்டிலும் இந்தியர்கள் சுற்றுலா செல்வதற்கு அதிகம் செலவழிப்பதாகவும், 2022-ஆம் ஆண்டில் மட்டும் சராசரியாக சுற்றுலாவாசிகள் உள்நாட்டு சுற்றுலாவிற்கு ரூ.27,000 வரையிலும், வெளிநாட்டு சுற்றுலாவிற்கு ரூ. 1,29,000 வரையிலும் செலவு செய்துள்ளதாக கூறுகிறது.

மேலும் பெரும்பாலான சுற்றுலாவாசிகள் அதிகபட்சமாக உள்நாட்டு சுற்றுலாவிற்கு ரூ. 1 லட்சம் வரையிலும், வெளிநாட்டு சுற்றுலாவிற்கு ரூ.1 முதல் ரூ.6 லட்சம் வரையிலும் செலவு செய்யத் தயாராக உள்ளனர் என்றும் அறிக்கை கூறுகிறது.

பெரும்பாலான சுற்றுலாவாசிகள் நன்கு போக்குவரத்து வசதி உள்ள சுற்றுலாத்தலங்களையும், அதில் பாதுகாப்பையும் முதன்மை நிறைந்த காரணிகளாக கருதுகின்றனர்.

மேலும் அவர்கள் சுற்றுலாத்தலங்கள் அமைந்திருக்கும் இடங்களில் நிறைந்திருக்கும் இயற்கையோடு ஒன்றிப்போன கலாச்சாரம் போன்றவற்றை அறிந்துகொள்வதில் ஆர்வம் காட்டுவதாகவும், குடும்பத்துடன் சுற்றுலா செல்வோர் போதிய அளவிலான அமைதி மற்றும் கிராமம் ஒன்றிய சுற்றுலாத்தலங்களை விரும்புவதாகவும், தனியாகச் செல்வோர் நகரம் சார்ந்த சுற்றுலாத்தலங்களை தேர்வு செய்வதாகவும் அறிக்கை கூறுகிறது.

இவ்வனைத்தையும் தாண்டி பெண்கள் அதிக அளவில் சுற்றுலா செல்வதில் ஆர்வம் காட்டுவதாகவும், குடும்பத்தில் சுற்றுலா செல்லும் இடங்களைத் தீர்மானம் செய்பவர்களாகவும் விளங்குவதாக அவ்வறிக்கை கூறுகிறது.

வேளாண் சுற்றுலாவில் எதிர்பார்ப்பு

வேளாண் சுற்றுலாவிற்கு வருகைதரும் சுற்றுலாவாசிகளின் தன்மை மற்றும் அவர்களின் எதிர்பார்ப்பு பற்றி ஆய்வு

மேற்கொண்டதில் இருந்து கிடைத்த தகவல்கள் சிலவற்றைப் பார்ப்போம்.

* வேளாண் சுற்றுலாவிற்கு இளம் வயதுடையவர்களே அதிகம் வருகின்றனர்.

* வார இறுதி நாட்களில் வேளாண் சுற்றுலா செல்வதற்கு உகந்தது என்றும், அதனைத் தொடர்ந்து கோடை விடுமுறை நாட்களிலும், திருவிழாக் காலங்களிலும் வருகை தர சுற்றுலாவாசிகள் விரும்புகின்றனர்.

* வேளாண்மையோடு அதிகம் தொடர்பு இல்லாதவர்களும் பெரும் அளவில் வேளாண் சுற்றுலாவிற்கு வருகை தருகின்றனர்.

* உள்ளூர் வகையான உணவு வகைகளையே சாப்பிட விரும்புவதாகவும், இரண்டு முதல் மூன்று நாட்கள் வரை வேளாண் சுற்றுலா பண்ணையில் தங்கவும் அவர்கள் விரும்புகின்றனர்.

* இயற்கையோடு ஒன்றி, பாரம்பரிய வேளாண்மையை மேற்கொள்ளும் பண்ணைகளை அதிகம் விரும்புவதாகவும் அவர்கள் கூறுகின்றனர்.

* ஆண்களைக் காட்டிலும் பெண்கள் அதிக அளவில் வேளாண் சுற்றுலா செல்ல முனைவதாகவும், அதில் பாதுகாப்பை உறுதி செய்வதில் போதிய அளவிலான ஈடுபாட்டையும் காட்டுகின்றனர்.

* பெண்களைக் காட்டிலும் ஆண்கள் அதிகளவிலும், வருமானம் அதிகம் உடையவர்களும் வேளாண் சுற்றுலாவில் போதிய அளவில் செலவு செய்ய விருப்பம் கொள்வதாகத் தெரிவித்துள்ளனர்.

----

11. வேளாண் சுற்றுலாவில் விவசாயிகளின் பங்கு

வேளாண் சுற்றுலாவில் விவசாயிகளின் பங்கு அளப்பரியது ஆகும். ஆரம்ப காலகட்டத்தில் வளர்ந்த நாடுகளான இத்தாலி மற்றும் அமெரிக்காவில் வேளாண் சுற்றுலாவை விவசாயிகளிடத்தில் கொண்டு சேர்த்ததன் முழுமுதற் நோக்கமே, பொருளாதார ரீதியாக அவர்களை மேம்படுத்த வேண்டும் என்பதேயாகும். அதிலும் குறிப்பாக விவசாயிகளின் வருமானத்தை உயர்த்துவது, சுற்றுலாவாசிகளிடத்தில் வேளாண் சுற்றுலா தொடர்பான புரிதலை ஏற்படுத்துவது, ஊரக வளர்ச்சியை வேளாண் சுற்றுலாவோடு இணைத்து மேற்கொள்வது, வேலைவாய்ப்பை உண்டாக்கித் தருவது, உள்ளூர் விவசாயிகளை வேளாண் சுற்றுலா மூலம் வலுப்படுத்துவது எனப் பல காரணிகளை உள்ளடக்கிய ஒன்றாக அது இருந்தது.

கிழக்கு ஆசிய நாடுகளான ஜப்பான், தென் கொரியா மற்றும் தைவான் போன்ற நாடுகளில் சிறு விவசாயிகள் அதிக அளவில் இருக்கும் காரணத்தாலும், அங்குள்ள சுற்றுலாவாசிகளின் மனநிலையும் அமைதியான சூழலை நோக்கி விரும்பிச் செல்வதன் காரணத்தாலும் வேளாண் சுற்றுலாவானது அரசாங்க ரீதியான கொள்கை முடிவாக அங்கீகரிக்கப்பட்டது.

மேலும் அங்குள்ள வேளாண் சுற்றுலா பண்ணைத் தொழிலில் பெரும்பாலும் குடும்ப உறுப்பினர்கள் அனைவரும் பங்கெடுத்து வருகின்றனர். அதுவே அவர்களின் வேளாண் சுற்றுலா வெற்றிக்கு வித்திடுவதாக ஆய்வறிக்கைகள் கூறுகின்றன.

ஆஸ்திரியாவில் வேளாண் சுற்றுலா இருக்கும் பண்ணை மற்றும் வேளாண் சுற்றுலா இல்லாத பண்ணை என்று இரு பிரிவாக எடுத்துக்கொண்டு ஆய்வை மேற்கொண்டதில் வேளாண் சுற்றுலா இருக்கும் பண்ணையில் நிலையான வருமானம் விவசாயிகளுக்கு கிடைத்ததாகவும், வேளாண் சுற்றுலா இல்லாத பண்ணையோடு ஒப்பிடுகையில் வேளாண் சுற்றுலா இருக்கும் பண்ணையில் 20 முதல் 50 சதவீதம் அளவிற்கு கூடுதல் வருமானம் விவசாயிகளுக்கு கிடைத்ததாக ஆய்வு கூறுகின்றது.

வேளாண் சுற்றுலாவை நடத்தி வரும் விவசாயிகளை மூன்று வகையான காரணிகளோடு ஒப்பிட்டு நடத்தியுள்ள ஆய்வை இங்கு குறிப்பிட்டே ஆகவேண்டும். அதாவது வேளாண் சுற்றுலா மற்றும் நிலையான பொருளாதார விளைவு; வேளாண் சுற்றுலா மற்றும் நிலையான சமூக விளைவு; வேளாண் சுற்றுலா மற்றும் நிலையான சுற்றுச்சூழல் விளைவு.

முதலாவதாக இருக்கும் வேளாண் சுற்றுலா மற்றும் நிலையான பொருளாதார விளைவில் பல வளர்ந்த நாடுகளில் வேளாண் சுற்றுலா விவசாயிகளின் வாழ்வாதாரத்தை மேம்படுத்துவதாகவும், வேளாண் சுற்றுலா மூலம் கிடைக்கும் வருமானத்தை மீண்டும் பண்ணையில் விவசாயிகள் முதலீடு செய்வதாகவும் அதனால் அவர்கள் பயிர் சாகுபடியை மட்டுமே நம்பி இருக்க வேண்டிய சூழ்நிலை ஏற்படவில்லை என்றும் கூறுகிறது. மேலும் முதலீடு என்று வரும்போது வேளாண் சுற்றுலா பண்ணையாளர்கள் சில உத்திகளை மேற்கொள்கின்றனர்.

அதாவது சிலர் வேளாண் சுற்றுலாவை பல கோணங்களில் மேம்படுத்த முனைகின்ற அதே வேளையில் இன்னபிற பண்ணையாளர்கள் வேளாண் சுற்றுலாவை பயிர் சாகுபடியோடு இணைத்து மேற்கொள்வதில் ஆர்வம் காட்டுவதாக ஆய்வு கூறுகிறது. கடந்த 20 ஆண்டுகளில் வேளாண் சுற்றுலா பண்ணையாளர்கள் அதிக அளவிலான முதலீட்டை சுற்றுலாவாசிகளுக்கு தங்கும் அறை மற்றும் கட்டிடங்கள் கட்டுவதில்தான் செய்துள்ளனர்.

அதுவே வேளாண் சுற்றுலாவின் சமூக விளைவை எடுத்துக்கொண்டால் வேளாண் சுற்றுலா நடத்தி வரும் விவசாயிகளுக்கு தனிப்பட்ட வகையில் சுற்றுலாவாசிகளோடு உரையாடும்போது திருப்தி கிடைப்பதாகவும், அத்தோடு பண்ணையை நடத்தி வரும் பெண்களுக்கு சமூகத்தில் தகுந்த அங்கீகாரம் கிடைப்பதாகவும் கூறுகிறது. மேலும் சமூகத்தில் கலாச்சாரம் மற்றும் பாரம்பரியம் காக்கப்படுவதையும் வேளாண் சுற்றுலா உறுதி செய்வதாக ஆய்வு கூறுகிறது.

இறுதியாக வேளாண் சுற்றுலாவை சுற்றுச்சூழல் விளைவோடு ஒப்பிட்டால் வேளாண் சுற்றுலா வைத்திருக்கும் பண்ணையாளர்கள், சுற்றுலாவாசிகள் பெரிதும் இயற்கையை விரும்புவதால் பல்லுயிர் பெருக்கம் மற்றும் நீடித்த சூழல் வளர்ச்சியை உள்ளடக்கி வேளாண் சுற்றுலாவை மேற்கொள்வதாக அந்த ஆய்வு கூறுகிறது. மொத்தத்தில் மேலே குறிப்பிட்டுள்ள அனைத்து வழிகளிலும் வேளாண்

சுற்றுலாவைச் சீரும் சிறப்புமாக வேளாண் சுற்றுலா பண்ணையாளர்கள் நடத்தி வருகின்றனர்.

12. வேளாண் சுற்றுலாவும் சுற்றுச்சூழலும்

வேளாண் சுற்றுலாவானது சுற்றுச்சூழலை தாங்கிப்பிடித்து அழகு பார்க்கும் ஆற்றலை தன்னகத்தே கொண்டுள்ளது என்றுதான் சொல்ல வேண்டும். ஆம், இன்னமும் சொல்லப்போனால் 'யாதும் ஊரே' எனும் கணியன் பூங்குன்றனாரின் வரிகளுக்கு அர்த்தம் சேர்த்து யாவரும் உறவினர் என்பதைச் சொல்லாமல் சொல்கிறது. இங்கு யாவரும் உறவினர் என்பது 'மொழி இல்லை மதம் இல்லை' என சுற்றித் திரியும் குருவிகள் முதல் வானத்தையே எட்டிப் பிடிக்கும் புல் பூண்டு வரை நீக்கமற நிறைந்து இருக்கும் பல்லுயிர் பெருக்கம் ஆகும்.

கிராமத்து வாசலை பசுமை போர்த்திய கொடிகள் கொண்டு, கமழும் பூ வாசத்துடன் வசந்தம் வீச சுற்றுலாவாசிகளை வரவேற்பதில் கை தேர்ந்தது வேளாண் சுற்றுலா ஆகும். வேளாண் சுற்றுலா பண்ணைகள் குறிப்பாக காடுகளின் அருகிலும், பாதுகாக்கப்பட்ட இடங்களிலும் அமைந்து இருக்கும் பட்சத்தில் பல்லுயிர் பெருக்கம் மற்றும் இயற்கை வழி வழிவந்த முறைகள் காக்கப்படுவதாக ஆய்வுகள் கூறுகின்றன. உதாரணத்திற்குச் சில வேளாண் சுற்றுலா பண்ணைகளில் அரிய வகை மரங்கள், மூலிகை தாவரங்கள்

மற்றும் இன்னபிற உயிரினங்கள் காக்கப்பட்டு பராமரிப்புடன் இருப்பதையும் ஆய்வுகள் உறுதி செய்கின்றன. அத்துடன் வேளாண் சுற்றுலாவில் புதுப்பிக்கத்தக்க ஆற்றலைப் பயன்படுத்தும் வழிகளும் உள்ளன. அதாவது சூரிய மின்தகடுகளைக் கொண்டு மின்சாரம் உற்பத்தி செய்வது, சானம் மூலம் எரிவாயு உற்பத்தி செய்வது போன்றவற்றைக் கூறலாம்.

விவசாயிகளும் அவர்களின் வேளாண் சுற்றுலாப் பண்ணைகளில் சுற்றுச்சூழலுக்கு உகந்த வழிமுறைகளான நீர்ப் பாதுகாப்பு, பொருட்கள் மறுசுழற்சி போன்றவற்றை அமல்படுத்துவதுடன் பண்ணையில் கட்டிடங்கள் கட்டுவதற்குத் தேவையான பொருட்களைப் பண்ணையில் இருந்தே தயார் செய்து கொள்வது, பல வகை தாவரங்களை வளர்ப்பது எனப் பல்வேறு செயல்பாடுகளிலும் ஈடுபடுகின்றனர். இன்றும் சில இடங்களில் இருக்கும் வேளாண் சுற்றுலா பண்ணைகளில் தங்குவதற்கு வெறும் மண் மூலம் உருவாக்கப்பட்ட பண்ணை வீடுகளுக்கு சுற்றுலாவாசிகளிடையே பெரும் வரவேற்பு உள்ளது.

இவைகள் ஒருபுறம் என்றால் மற்றொருபுறத்தில் வேளாண் சுற்றுலாவானது மறைமுகமாக வேளாண் சுற்றுலா பண்ணை வைத்திருக்கும் விவசாயிகளை இரசாயன உரங்கள் மற்றும் மருந்துகளைப் பயன்படுத்துவதில் இருந்து வெளியேற

வழிவகை செய்வதாக ஆய்வு ஒன்று கூறுகிறது. அமெரிக்காவில் செயல்படும் வேளாண் சுற்றுலா பண்ணைகளில் கிட்டத்தட்ட ஐம்பது சதவீதம் அளவிற்கு ஒருங்கிணைந்த வேளாண்மை முறையே இருப்பதாகவும், அதன் மூலமே பூச்சி மேலாண்மையை விவசாயிகள் மேற்கொள்கின்றனர், அதற்கு அவர்கள் கூறும் முக்கிய காரணம் சுற்றுலாவாசிகள் பெரிதும் இயற்கை வழியில் விளைந்த காய்கறிகள் மற்றும் பழங்களை விரும்புவதுடன் அதனை வாங்கிச் செல்லவும் பெரிய அளவில் ஆர்வம் காட்டுவதாக அவர்கள் கூறுகின்றனர்.

அதேபோல் பண்ணையில் இருக்கும் விலங்குகள் மற்றும் பறவை இனங்கள் போன்றவற்றைப் பார்ப்பதிலும், அதன் செயல்பாடுகளைக் கவனிப்பதிலும் சுற்றுலாவாசிகள் நல்ல ஆர்வம் காட்டுவதுடன், பின்னாளில் அதனை அவர்களின் வீட்டில் வளர்க்கவும் முற்படுகின்றனர்.

சீனாவில் அதிக அளவில் இரசாயன உரம் மற்றும் மருந்துகளின் பயன்பாட்டால் நிலம் மற்றும் நீரின் மாசுபாட்டை கட்டுக்குள் கொண்டுவர விவசாயிகளிடையே வேளாண்மை சுற்றுலாவை அறிமுகப்படுத்தி உள்ளனர். அதன் மூலம் பல விவசாயிகளும் இரசாயன உரம் மற்றும் மருந்துகளின் பயன்பாட்டை போதிய அளவில் குறைத்து உள்ளதாக ஆய்வு கூறுகிறது. அதாவது விவசாயிகளிடையே தகுந்த அளவில் இடுபொருட்கள் பயன்பாடு மற்றும் அதனை ஒருங்கிணைந்த பண்ணையம் மூலம் மேற்கொள்வது

போன்றவைகள் வளர்ந்து உள்ளதாகவும் கூறுகிறது. அதேபோல் பெரு நாட்டில் இருக்கும் ஆண்டியன் அல்டிபிளேனோவில் வேளாண் சுற்றுலாவை காலநிலை மாற்றத்திற்கு உட்படுத்தி மேற்கொண்ட ஆய்வில் நிலையான உற்பத்தி, தகுந்த நிலப்பரப்பு மற்றும் நீர்ப்பிடிப்பு மூலம் அங்குள்ள மக்களின் வாழ்வாதாரம் மேம்பட வழிவகுத்துள்ளது என்றும் அந்த ஆய்வு கூறுகிறது.

13. நிலையான வளர்ச்சி இலக்குகளில் வேளாண் சுற்றுலா

ஐ.நா சபையால் வரையறுக்கப்பட்ட நிலையான வளர்ச்சி இலக்குகள் *(SDG)* என்பது ஐக்கிய நாடுகளின் உறுப்பினர்களாக உள்ள அனைத்து நாடுகளுக்கும் பொருந்தும். பதினேழு வழிகாட்டி இலக்குகளை உள்ளடக்கி இருக்கும் அதனோடு வேளாண் சுற்றுலாவை ஒப்பிட்டு பார்க்க வேண்டியது அவசியமாகிறது.

அதற்கு முன்பு நிலையான வளர்ச்சி இலக்குகள் *(SDG)*, குறித்து நிதி ஆயோக் 2021-ஆம் ஆண்டு வெளியிட்ட ஆய்வறிக்கையையும் இங்கு நாம் அலசிப் பார்க்க வேண்டும். அதன்படி எட்டாவது இலக்கான தகுந்த வேலை மற்றும் பொருளாதார வளர்ச்சியின் கீழ் 2030-ஆம் ஆண்டிற்குள் நிலையான சுற்றுலா வளர்ச்சிக்கு வித்திடும் வகையில் கொள்கை இருக்க வேண்டும் என்றும் அதன் மூலமே வேலைவாய்ப்பு மற்றும் கிராமிய வளர்ச்சி பெருகும் என்றும் கூறுகிறது. பன்னிரண்டாவது இலக்கான பொறுப்பான நுகர்வு மற்றும் உற்பத்தியின் படி நிலையான சுற்றுலா வளர்ச்சிக்குத் தேவையான காரணிகளைக் கண்டறிந்து செயல்படுத்த வேண்டும் என்று அறிவுறுத்துகிறது. பதினான்காவது இலக்கான நீருக்கடியில் வாழ்க்கை என்பதில் கடல் சார்ந்த

வளங்களை உள்ளடக்கிய சுற்றுலாவை 2030-ஆம் ஆண்டிற்குள் மேம்படுத்த வேண்டும் என்கிறது.

இந்நிலையில் வேளாண் சுற்றுலாவை நிலையான வளர்ச்சி இலக்குகளோடு ஒப்பிட்டு எடுத்துக்கொண்டால் மூன்று படிநிலைகளில் பிரிக்கலாம். அதாவது பொருளாதார நன்மைகள், நிலையான சுற்றுச்சூழல் மற்றும் சமூக மேம்பாடு போன்றவைகள் ஆகும். பொருளாதார நன்மைகளின் கீழ் வரும் முதலாவது இலக்கான வறுமை ஒழிப்பில் வேளாண் சுற்றுலா மூலம் விவசாயிகளின் வருமானம் பெருகுவதால் ஓரளவு வறுமை குறையும். அதுவே எட்டாவது இலக்கான தகுந்த வேலை மற்றும் பொருளாதார வளர்ச்சி என்பது வேளாண் சுற்றுலா மூலம் ஊரக தொழில் மற்றும் வேலைவாய்ப்பு உண்டாவதைக் குறிக்கிறது. பத்தாவது இலக்கான சமத்துவமின்மை குறைப்பில் வேளாண் சுற்றுலா வழியே ஏற்படும் பொருளாதார வளர்ச்சியின் மூலம் சமத்துவமின்மையைக் குறைக்கலாம்.

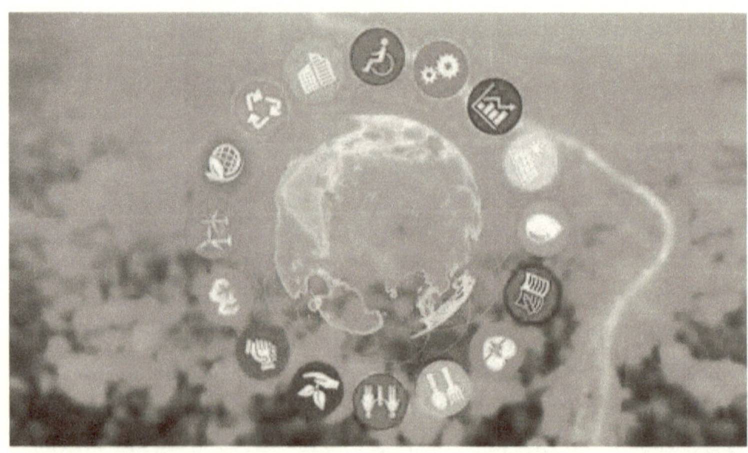

இரண்டாவது படிநிலையான நிலையான சுற்றுச்சூழலின் கீழ் இருக்கும் பன்னிரண்டாவது இலக்கான பொறுப்பான நுகர்வு மற்றும் உற்பத்தியை வேளாண் சுற்றுலா கொண்டு நீர் பராமரிப்பு, பாரம்பரிய வேளாண்மை மற்றும் புதுப்பிக்கத்தக்க ஆற்றல் போன்ற செயல்பாடுகளின் மூலம் மேம்படுத்தலாம். பதிமூன்றாவது இலக்கான காலநிலை

செயல்பாட்டை வேளாண் சுற்றுலா மூலம் நிலையான வேளாண்மை வழியே கார்பன் உமிழ்வைக் கட்டுப்படுத்தலாம். அதுவே பதினைந்தாவது இலக்கான மண்ணோடு ஒன்றிய வாழ்க்கையில் பல்லுயிர் பெருக்கம், மண்ணின் நிலையான வளர்ச்சியை உள்ளடக்கிய ஒன்றாக வேளாண் சுற்றுலா இருக்கும்.

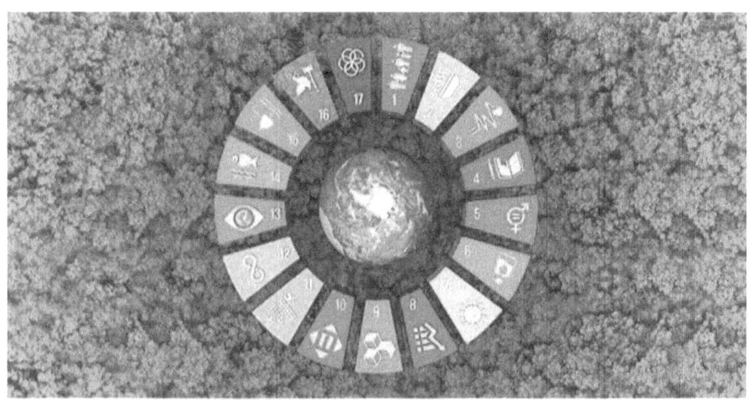

மூன்றாவது படிநிலையான சமூக மேம்பாட்டின் கீழ் இருக்கும் பதினோராவது இலக்கான நிலையான சமூகம் மற்றும் நகரம் மேம்பாட்டை வேளாண் சுற்றுலா மூலம் கிராமம் மற்றும் நகரத்து மக்களிடையே ஏற்படும் கலாச்சார பரிமாற்றம் வழியே வளப்படுத்த முடியும். அதுவே பதினேழாவது இலக்கான கூட்டான நோக்கத்தை வேளாண் சுற்றுலாவில் பங்கெடுக்கும் அனைத்து வகையான பங்குதாரர்கள் மூலம் மேம்படுத்தலாம். குறிப்பாக விவசாயிகள், அரசாங்கம், சுற்றுலாவாசிகள் மற்றும் இதர பங்குதாரர்கள் இடையே வேளாண் சுற்றுலா மூலம் ஏற்படும் பந்தத்தை இந்த இலக்கு குறிக்கிறது.

அல்கேரியா நாட்டில் வேளாண் சுற்றுலாவை நிலையான வளர்ச்சி இலக்குகளோடு ஒப்பிட்டு மேற்கொண்ட ஆய்வில் சுற்றுச்சூழல், பொருளாதாரம் மற்றும் சமூக மேம்பாடு போன்ற படிநிலைகளில் ஏற்பட்டிருக்கும் வளர்ச்சியை ஆய்வர்கள் உறுதிபடுத்தி உள்ளனர். மேலும் வறுமை ஒழிப்பு, சமத்துவமின்மை குறைப்பு, உணவுப் பாதுகாப்பு மற்றும்

நீர்நிலை பாதுகாப்பு போன்ற காரணிகளை உள்ளடக்கிய இலக்குகள் மேம்பட்டு இருப்பதாகவும், விவசாயிகள் மற்றும் சுற்றுலாவாசிகளுக்கும் நல்ல பயன் கிடைத்து இருப்பதாகவும் அந்த ஆய்வு கூறுகிறது.

எனவே நிலையான வளர்ச்சி இலக்குகள் சிலவற்றை இப்பூவுலகில் வேரூன்ற வேளாண் சுற்றுலா ஆகச்சிறந்த காரணியாக இருக்கும் என்பதில் எவ்வித மாற்றுக்கருத்தும் இல்லை.

14. திருவிழாக்களை ஒன்றிணைக்கும் வேளாண் சுற்றுலா

திருவிழா பூண்டிருக்கும் இடத்தில் கொண்டாட்டம் நிறைந்திருக்கும். அன்றைய சங்ககாலம் தொட்டு திருவிழா மானுடர்களை கொண்டாட்டத்தில் தழைக்க வைத்து வருகிறது. இந்திரவிழா, தை நீராட்டு, நீர் விழா, உள்ளி விழா, பங்குனி விழா, பூந்தொடை விழா, கோடியர் விழா, கார்த்திகை விழா எனப் பல்வேறு வகையான விழாக்கள் சங்க காலத்தில் கொண்டாடப்பட்டதாக சங்க இலக்கியங்கள் கூறுகின்றன. நற்றிணை ஒருபடி முன்னே போய் 'விழவுக் களம் கமழும் உரவு நீர்ச் சேர்ப்ப' என்று தலைவனை விழா நடக்கும் களத்தோடு ஒப்பிடுகிறது. இப்படி காலம் தொட்டு கொண்டாடி வரும் விழாக்களை வேளாண் சுற்றுலாவோடு ஒன்றிணைக்கும் பட்சத்தில் திருவிழாக்கள் அதன் தன்மை மாறாது நிலைத்து நிற்கும்.

குடும்ப விழாக் கொண்டாட்டத்தை எடுத்துக் கொண்டால் திருமணம், காதுகுத்து என்று பலவகையும் இருக்கும். இவற்றை வேளாண் சுற்றுலா இருக்கும் பண்ணைகளில் கொண்டாடலாம். ஆம், வளர்ந்த நாடாகக் கொண்டாடப்படும் அமெரிக்காவில் 2022-ஆம் ஆண்டில் மட்டும் எண்ணிக்கையில் 24 லட்சம் திருமணங்கள் நடந்துள்ளன. அதில் கிட்டத்தட்ட 10.5 லட்சம் திருமணங்கள் வேளாண் சுற்றுலா பண்ணைகளில் தான் அரங்கேறியுள்ளன. அதாவது 2002-ஆம் ஆண்டில் வெறும் இரண்டு சதவீதம் அளவிற்கு மட்டுமே வேளாண் சுற்றுலா

பண்ணைகளில் நடந்த திருமணங்கள் 2022-ஆம் ஆண்டில் இருபது சதவீதம் அளவிற்கு வளர்ந்துள்ளது.

மேலும் பெரும்பாலான அமெரிக்கர்களிடையே வெளிப்புற இயற்கை சூழ்ந்த இடங்களைக் கொண்டிருக்கும் வேளாண் சுற்றுலா பண்ணைகளில் திருமணம் நடத்தும் பாங்கு வளர்ந்து வருவதாக ஆய்வு கூறுகிறது. அதற்குப் பசுமை படர்ந்த ரம்மியமான சூழல், புகைப்படம் எடுக்கத் தகுந்த பல வகையான புற வெளிகள், பழங்காலத்து தன்மை கொண்ட வடிவமைப்புகள் போன்றவைகள் முக்கியமான காரணங்களாக பார்க்கப்படுகிறது.

அத்தோடு நல்ல காற்றோட்டமான தூய்மையான இடம் மற்றும் தங்கும் அறைகள், உள்ளூர் மற்றும் பாரம்பரிய உணவு வகைகள், பொழுதுபோக்கு விளையாட்டுகள், பசுமை படர்ந்த நடைபாதைகள், நன்கு பராமரிக்கப்பட்ட பழத்தோட்டங்கள், மென்மையான ஒலி மற்றும் ஒளி அமைப்புகள், இயற்கையான சூழலில் போதிய அளவிலான இட வசதி கொண்ட திருமண நிகழ்விடம் மற்றும் தக்க நேரத்தில் உதவி புரிய நன்கு பழக்கப்பட்ட உதவியாளர்கள் ஆகியனவற்றைக் கொண்டிருக்கும் வேளாண் சுற்றுலா பண்ணைகளில் திருமணம் நடத்தினால் சுபமாக இருக்கும் என்று அமெரிக்காவின் வெர்மோன்ட் பல்கலைக்கழக ஆய்வு கூறுகிறது.

தற்போது நம் இந்தியாவிலும் திரைப்பிரபலங்கள் மற்றும் சிலர் பசுமை சூழ்ந்த பண்ணைகளில் திருமணம் நடத்த ஆர்வம் கொள்கின்றனர். மேலும் நாளுக்கு நாள் அவை வளர்ந்துவரும் சூழல் இருந்து வரும் நிலையில் சில தொழில்முனைவோர் அதனைத் தொழிலாக எடுத்து முன்னணி நகரங்களில் நடத்தி வருகின்றனர்.

குடும்ப விழாவிற்கு அடுத்து மக்களின் பொது விழாவான பொங்கல், கிருஸ்துமஸ் மற்றும் ரம்ஜான் போன்ற

விழாக்களையும் வேளாண் சுற்றுலா பண்ணைகளில் ஒருங்கிணைக்கலாம். உதாரணத்திற்குப் பொங்கல் விழாவை எடுத்துக்கொண்டால் பொங்கல் வைப்பது, அதனை ஒட்டி விருந்து வைப்பது மற்றும் இடத்திற்கு தகுந்தவாறு நடைபெறும் திருவிழாக்களான மஞ்சுவிரட்டு, ஜல்லிக்கட்டு போன்றவற்றோடு பாரம்பரிய விளையாட்டுகள், கலாச்சார நடனங்களையும் இணைத்து சுற்றுலாவாசிகளுக்கு ஒரு நல்ல அனுபவத்தைத் தரலாம். அவை கிராமிய கலைஞர்களுக்கும் நல்லதொரு வேலைவாய்ப்பாக அமையும். மேலும் அழிந்து வரும் நிலையில் இருக்கும் கிராமியக் கலைகளை மேம்படுத்துவதாக அவை அமையும்.

விழாக்கள் மட்டுமின்றி முன்னணி நிறுவனங்களும் அவர்களின் தொழில் சார்ந்த கூட்டங்களையும், நிகழ்வுகளையும் வேளாண் சுற்றுலா பண்ணைகளில் நடத்த முன்வரலாம். அவ்வளவு ஏன் காலத்திற்கும் நினைவுகளை சுமக்கும் முன்னாள் மாணவர்கள் சந்திப்பு தொடங்கி இலக்கிய விழாக்கள் வரை நடத்த ஆகச்சிறந்த தேர்வாய் வேளாண் சுற்றுலா பண்ணைகள் நிச்சயம் இருக்கும்.

திசையெங்கும் நாளும் புதுமைகள் மலரும் துறைகளில் வேளாண் துறைக்கும் குறிப்பிட்ட இடம் உண்டு. மேலும் காலத்திற்கு தகுந்தவாறு அதன் தேவைகளை பூர்த்தி செய்து கொள்ள வேண்டிய நிர்பந்தத்தில் வேளாண் துறை இருந்து வருகிறது. அத்தகைய நிர்பந்தம் என்பதனில் ஆக்கப்பூர்வமான செயல்முறைகளை உள்ளடக்கி மேற்கொள்ளும் பட்சத்தில் நிலையான நீடித்த வளர்ச்சி உண்டாகிறது. அவ்வாறு நிலையான நீடித்த வளர்ச்சிக்கு வேளாண் சுற்றுலா வித்திடும் என்பதை பல்வேறு ஆய்வுகளைக் கொண்டும், கள நிலவரத்தைக் கண்டும் தொடர்ந்து பதினான்கு வாரங்கள் 'வணிக வழி வேளாண் சுற்றுலா' எனும் தொடர் வழியே கண்டோம்.

அத்துடன் வளர்ந்த நாடுகள் முதல் வளரும் நாடுகள் வரை வேளாண் சுற்றுலா எவ்வாறு அதன் நிலைமையைக் கட்டமைத்துள்ளது என்பதையும் பார்த்தோம். அதிலும் குறிப்பாக அமெரிக்கா மற்றும் இத்தாலி போன்ற நாடுகளில் வேளாண் சுற்றுலா விவசாயிகளிடத்தில் ஆகச்சிறந்த வளர்ச்சியை உண்டாக்கித் தந்துள்ள அதே வேளையில் இந்தியாவிலும் வேளாண் சுற்றுலாவின் மூலம் கிடைக்கும் வருமானம் என்பது ஆண்டிற்கு இருபது சதவீதம் அளவிற்கு உயர்ந்து வருவதையும் பார்த்தோம்.

இதற்கிடையில் உலகளவில் வேளாண் சுற்றுலாவில் குறிப்பிடத்தக்க ஆய்வாளரும் பேராசிரியருமான கார்லா பார்பெயரி அவர்கள் 2020 முதல் 2095-ஆம் ஆண்டிற்குள் வேளாண் சுற்றுலா ஏன் முதன்மையான ஒன்றாக இருக்கும் என்பதற்கு இரண்டு வகையிலான சுற்றுலாவாசிகளைக் கொண்டு காரணங்களைக் குறிப்பிடுகிறார். முதலாவது வகையினர் பெரும் குறிக்கோள் உடைய சுற்றுலாவாசிகள். அதவாது அவர்கள் வேளாண்மை தொடர்பான செயல்பாடுகளை தெரிந்துகொள்வதில் ஆர்வம் காட்டுவதுடன் பங்கேற்பதிலும் முழுமனதாக இருப்பார்கள்.

ஆதலால் அதனை இனி வரும் நாட்களில் வேளாண் சுற்றுலா மூலமே பூர்த்தி செய்ய முடியும் என்கிறார். அடுத்து பொழுதுபோக்கிற்காக சுற்றுலா செல்லும் சுற்றுலாவாசிகளை இரண்டாவது வகையினர் எனக் கூறுகிறார். அவர்களின் முதன்மை நோக்கமே வேளாண் சுற்றுலாவில் பொழுதுபோக்கு நிறைந்த செயல்பாடுகளில் ஈடுபட்டு மகிழ்ச்சி அடைவதுடன் வேளாண் சுற்றுலா பண்ணையின் வெளிப்புறத்தில் அதிக நேரம் செலவிட விரும்புவார்கள் என்கிறார். முதலாவது வகையினர் வேளாண் சுற்றுலா மூலம் பாரம்பரிய முறைகளையும், இயற்கை தொடர்பான புரிதல்களையும் கற்றுத் தெரிந்துகொள்வார்கள் என்றும் இரண்டாவது வகையினர் வேளாண் சுற்றுலா மூலம் கிடைக்கும் பொழுதுபோக்கை அதிகம் விரும்பும் இரசனை உடையவர்களாக இருப்பார்கள் என்றும் கூறுகிறார். மொத்தத்தில் இவர்களின் வழியே வேளாண் சுற்றுலாவனது இனி வரும் காலத்தில் நீக்கமற ஆட்சி புரியும் என்பதனை சொல்லாமல் சொல்கிறார்.

மேலும் அத்தகைய ஆட்சிக்கு வலு சேர்க்கும் வகையில் சர்வதேச வேளாண் சுற்றுலா கூட்டமைப்பு (*Global Agritourism Network*) ஆண்டுதோறும் வேளாண் சுற்றுலா தொடர்பான சர்வதேச அளவிலான கருத்தரங்கு மற்றும் ஆய்வுகளை முன்னின்று நடத்தி வருவதுடன், வேளாண் சுற்றுலா தொடர்பான தேவைகளையும் பூர்த்தி செய்து வருகிறது.

இத்தகைய செயல்பாடு வேளாண் சுற்றுலாவின் சர்வதேச அங்கீகாரத்தை நமக்கு உணர்த்துகிறது.

GLOBAL AGRITOURISM NETWORK

இப்படி எதிர்காலம் நிறைந்த வேளாண் சுற்றுலாவை நாடெங்கும் எடுத்துச்செல்ல சரியானதொரு காலம் கனிந்துள்ள நிலையில், மாநில அரசாங்கங்கள் முனைந்து மத்திய அரசுடன் இணைந்து அதற்கான விடியலுக்கு வழிவகுக்க வேண்டும். அந்த விடியல் வேளாண் சுற்றுலாவுக்காக தமிழ்நாட்டில் பிறக்கும் பட்சத்தில், 'பொன் செய்யும் உழவு செய்து பொழுதெல்லாம் உழைக்கும்' வர்க்கத்திற்கு துணைநின்ற அரசு எனும் பெயர் காலகாலத்திற்கும் நிற்கும்.

இறுதியாக இந்த தொடர் வழியே பயணித்த பலரும் குறிப்பாக விவசாயிகளும் தங்களின் வேளாண் பண்ணையிலும் வேளாண் சுற்றுலாவை ஆரம்பிக்க விருப்பப்படுவதாக மின்னஞ்சல் வழியே கூறியிருந்தனர். அதற்கான வழிமுறைகள் தொடங்கி செயல்பாடுகள் வரை அனைத்தையும் நாம் விவாதித்து இருந்ததை இவ்விடத்தில் குறிப்பிட விரும்புகிறேன்.

இனி வரும் காலம் வேளாண் சுற்றுலாவிற்கும் வாழ்வளிக்கும் என்பதால் வேளாண் பெருமக்களே திட்டமிடுங்கள்,

வாய்ப்பை முன்னெடுங்கள் எனக் கூறி நன்றியுடன் நிறைவு
செய்கிறேன்.

இந்தப் புத்தகத்தை படித்து முடித்த எவருக்கேனும், வரும் காலத்தில் வேளாண் சுற்றுலா பண்ணை நிறுவ விருப்பம் இருந்தால் தகுந்த ஆலோசனை மற்றும் வழிகாட்டுதல்* வழங்க ஆர்வமுடன் காத்திருக்கிறது

'சோலையாறு வேளாண் சுற்றுலா ஆலோசனை மையம்'.

தொடர்புக்கு/*To contact*

சோலையாறு வேளாண் சுற்றுலா ஆலோசனை மையம் அழைக்க: 9952322679 மின்னஞ்சல்: *saraths1995@gmail.com*	*Sholayar Agritourism Consulting* *Ph.: 9952322679* *Mail: saraths1995@gmail.com*

* கட்டணங்களுக்கு உட்பட்டது

ஏரோட்டம் (பாகம் 2) - ஆசிரியரின் மூன்றாவது நூல். அமேசான், பிளிப்கார்ட் மற்றும் நோஷன் பிரஸ் இணையதளத்திலும் கிடைக்கும்.

ஏரோட்டம்- ஆசிரியரின் இரண்டாவது நூல். அமேசான், பிளிப்கார்ட் மற்றும் நோஷன் பிரஸ் இணையதளத்திலும் கிடைக்கும்.

ஏர்நாடி- ஆசிரியரின் முதல் நூல். அமேசான், பிளிப்கார்ட் மற்றும் நோஷன் பிரஸ் இணையதளத்திலும் கிடைக்கும்.

www.ingramcontent.com/pod-product-compliance
Lightning Source LLC
Chambersburg PA
CBHW020645160726
47991CB00003B/1033